TỔNG QUAN VỀ CÁC PHÁP MÔN TRONG PHẬT GIÁO TÂY TẠNG

TỔNG QUAN VỀ CÁC PHÁP MÔN TRONG PHẬT GIÁO TÂY TẠNG

NGUYỄN MINH TIẾN
Việt dịch và chú giải

ĐỨC ĐẠT-LAI LẠT-MA XIV

Việt dịch và chú giải: NGUYỄN MINH TIẾN

TỔNG QUAN VỀ CÁC PHÁP MÔN TRONG PHẬT GIÁO TÂY TẠNG

NGUYÊN TÁC
A SURVEY OF THE PATHS
OF TIBETAN BUDDHISM
SONG NGỮ ANH VIỆT

NHÀ XUẤT BẢN LIÊN PHẬT HỘI
UNITED BUDDHIST PUBLISHER

This translation was made by Ramjampa Dupchok Gyaltsen and Peter Gold, under the editorial guidance of Lotsawa Tenzin Dorje and with certain clarifications by the Yen. Geshe Lobsang Gyatso, Principal of the Institute of Buddhist Dialectics, in Dharamsala, India, during April 1992.

From CHÖ YANG, The Voice of Tibetan Religion & Culture No.5
Editors: Pedron Yeshi & Jeremy Russell

Bản dịch Anh ngữ của sách này do Ramjampa Dupchok Gyaltsen và Peter Gold thực hiện vào tháng 4 năm 1992, dưới sự hướng dẫn biên tập của Lotsawa Tenzin Dorje và một số điểm hiệu đính nhất định của Yen. Geshe Lobsang Gyatso, Giám đốc Học viện Biện Chứng Phật Giáo (Institute of Buddhist Dialectics) ở Dharamsala, Ấn Độ.

Toàn bản Anh ngữ trích từ **CHÖ YANG**, The Voice of Tibetan Religion & Culture No.5

Những người hiệu đính:
Pedron Yeshi và Jeremy Russell

Bản dịch Việt ngữ do Nguyễn Minh Tiến thực hiện và soạn các chú giải với sự cho phép bằng văn bản của The Foundation for Universal Responsibility do Ngài Rajiv Mehrotra đại diện.

DẪN NHẬP

Khi trình bày tổng quát về Phật pháp theo cách tu tập của người Tây Tạng, tôi thường chỉ rõ rằng đạo Phật áp dụng ở Tây Tạng là một hình thức kết hợp các giáo lý thuộc Tiểu thừa, Bồ Tát thừa và Mật thừa, bao gồm cả những pháp môn như là Đại Thủ Ấn. Vì có khá nhiều người [hiện diện ở đây] đã nhận lễ quán đảnh và thọ học giáo pháp v.v... nên việc giảng giải về một cấu trúc hoàn chỉnh [của Phật giáo Tây Tạng] có thể sẽ hữu ích.

Đời sống của chúng ta trôi qua theo cách hết sức bận rộn. Cho dù chúng ta có ứng xử tốt đẹp hay không, thời gian cũng chẳng bao giờ chờ đợi, vẫn không ngừng biến chuyển. Thêm vào đó, cuộc sống của riêng ta cũng liên tục trôi qua, nên nếu có gì bất ổn xảy ra ta cũng không thể quay lại [để chỉnh sửa]. Mạng sống vơi dần theo thời gian. Vì thế, việc quán xét khuynh hướng tinh thần là rất quan trọng. Chúng ta cũng nhất thiết phải không ngừng quán xét tự thân trong cuộc sống thường ngày. Điều này rất hữu ích trong việc giúp ta tự tìm ra những định hướng sống. Nếu mỗi ngày chúng ta luôn sống trong chánh niệm và tỉnh giác, ta có thể thường xuyên rà soát lại động cơ và hành vi ứng xử của mình. [Nhờ đó,] ta có thể hoàn thiện và chuyển hóa tự thân. Cho dù bản thân tôi chưa có sự thay đổi hay hoàn thiện chính mình nhiều lắm, nhưng lúc nào tôi cũng duy

INTRODUCTION

In giving an overview of the Buddha dharma, as practised by the Tibetans, I generally point out that the Buddhism we practise is an integrated form comprising teachings of the low, Bodhisattva and Tantric vehicles, including such paths as the Great Seal. Because quite a number of people have already received initiations, teachings and so on, they might find it helpful to have an explanation of the complete framework.

We pass our lives very busily. Whether we behave well or not, time never waits for us, but goes on forever changing. In addition, our own lives continually move on, so if something goes wrong, we cannot repeat it. Life is always running out. Therefore, it is very important to examine our mental attitude. We also constantly need to examine ourselves in day to day life, which is very helpful to give ourselves guidelines. If we live each day with mindfulness and alertness, we can keep a check on our motivation and behaviour. We can improve and transform ourselves. Although I haven't changed or improved myself much, I have a

trì một ước nguyện là phải làm được như thế. Và trong cuộc sống thường ngày của mình, tôi thấy việc thường xuyên rà soát lại mọi động cơ [hành xử] của chính mình từ sáng đến tối là vô cùng hữu ích.

Trong các buổi giảng này, những gì tôi trình bày sẽ là một phương tiện thiết yếu để giúp quý vị sử dụng trong việc tự hoàn thiện bản thân. Điều này cũng giống như là quý vị có thể mang bộ não của mình đến phòng thí nghiệm khoa học để khảo sát sâu hơn các chức năng tâm thần, rồi nhờ đó quý vị có thể điều chỉnh lại các chức năng ấy theo hướng tích cực hơn. Một người tu tập theo Phật pháp nên chọn quan điểm sống luôn nỗ lực thay đổi chính mình để ngày càng hoàn thiện hơn.

Những ai thuộc các truyền thống tôn giáo khác nhưng quan tâm đến Phật giáo, hoặc thấy mình có sự ưa thích những pháp môn đặc thù của đạo Phật, như là các pháp thiền quán nuôi dưỡng tâm từ bi, cũng có thể được lợi lạc qua việc kết hợp những pháp môn này với truyền thống [tôn giáo] của chính họ và tu tập [theo đó].

Trong kinh văn Phật giáo có giảng giải về nhiều hệ thống [giáo lý] và truyền thống tu tập khác nhau. Những hệ thống [giáo lý] khác nhau này được gọi là các thừa, như thiên thừa và nhân thừa, Tiểu thừa (Hinayana), Đại thừa (Mahayana) và Mật thừa (Tantra).

Nhân thừa và thiên thừa ở đây chỉ đến một hệ thống [giáo lý] vạch ra những phương thức và kỹ

continuing wish to do so. And in my own daily life, I find it very helpful to keep a check on my own motivation from morning until night.

During these teachings, what I will be describing is essentially a kind of instrument with which to improve yourself. Just as you might take you brain to a laboratory to examine your mental functions more deeply, so that you can reshape them in a more positive way. Trying to change yourself for the better is the point of view a Buddhist practitioner should adopt.

People of other religious traditions, who have an interest in Buddhism and who find such features of Buddhist practice as the meditative techniques for developing love and compassion attractive, could also benefit by incorporating them into their own tradition and practice.

In Buddhist writings many different systems of belief and tradition are explained. These are referred to as vehicles, the vehicles of divine beings and human beings and the low vehicle (Hinayana), the great vehicle (Mahayana), and the vehicle of Tantra.

The vehicles of human and divine beings here refer to the system which outlines the methods and

năng giúp mang lại một tình trạng tốt đẹp hơn trong đời sống này, hoặc đạt được một sự tái sinh nhiều thuận lợi trong tương lai ở cõi người hoặc cõi trời. Một hệ thống [giáo lý] như thế nhấn mạnh vào tầm quan trọng của việc nuôi dưỡng thiện hạnh. Bằng cách thực hành nhiều việc thiện và tránh không làm các điều xấu ác, chúng ta có thể sống một đời chân chánh và có khả năng đạt được một tái sanh thuận lợi trong tương lai.

Đức Phật cũng có nói về một thừa khác nữa là Phạm thiên thừa, bao gồm những phương thức thiền tập giúp hành giả từ bỏ sự chú tâm vào các đối tượng bên ngoài, hướng tâm thức vào bên trong và nỗ lực nuôi dưỡng trạng thái nhất tâm. Nhờ vào những phương thức thiền tập như thế, người ta có thể đạt đến dạng thức cao nhất của đời sống có thể có được trong luân hồi.

Theo quan điểm của đạo Phật, vì các thừa khác nhau như trên mang lại lợi ích lớn lao cho rất nhiều chúng sanh nên tất cả đều đáng trân trọng. Tuy nhiên, [giáo lý của] các thừa này không đưa ra bất kỳ phương thức nào giúp đạt đến giải thoát, nghĩa là thoát ra khỏi khổ đau và vòng xoay của luân hồi. Những phương thức đạt đến một trạng thái giải thoát như thế giúp ta chế ngự được vô minh, vốn là nguyên nhân căn bản của sự trôi lăn trong luân hồi. Và hệ thống [giáo pháp] bao gồm các pháp môn để đạt đến sự giải thoát ra khỏi luân hồi được gọi là [Thanh văn thừa hay] Độc giác thừa.

techniques for bringing about a betterment within this life or attaining a favourable rebirth in the future as a human or god. Such a system highlights the importance of maintaining good behaviour. By performing good deeds and refraining from negative actions we can lead righteous lives and be able to attain a favourable rebirth in the future.

The Buddha also spoke of another category of vehicle, the Brahma vehicle, which comprises techniques of meditation by which a person withdraws his or her attention from external objects and draws the mind within, trying to cultivate single-pointed concentration. Through such techniques one is able to attain the highest form of life possible within cyclic existence.

From a Buddhist point of view, because these various systems bring great benefit to many living beings, they are all worthy of respect. Yet, these systems do not provide any method for achieving liberation, that is, freedom from suffering and the cycle of existence. Methods for achieving such a state of liberation enable us to overcome ignorance, which is the root cause of our spinning in the cycle of existence. And the system containing methods for obtaining freedom from this cycle of existence is referred to as the Hearer's or Solitary Realizer's vehicle.

Trong giáo pháp Thanh văn thừa (hay Độc giác thừa), quan niệm vô ngã được giải thích chỉ riêng về khía cạnh con người chứ không áp dụng cho các pháp, trong khi với giáo pháp Đại thừa thì quan niệm vô ngã không chỉ giới hạn trong phạm vi con người mà bao gồm hết thảy các pháp. Khi quan niệm vô ngã như thế làm khơi dậy một sự hiểu biết sâu xa, chúng ta sẽ có khả năng phá trừ không chỉ vô minh và các phiền não khởi sinh từ nó, mà còn dứt trừ được cả những chủng tử do chúng để lại [trong tâm thức]. Hệ thống [giáo pháp] này được gọi là Đại thừa.

Hệ thống giáo lý cao nhất được biết đến như là Mật thừa, không chỉ bao gồm những phương thức để nâng cao sự thực chứng của bản thân chúng ta về tánh Không hay tâm thức giác ngộ, mà còn có những kỹ năng nhất định để khai thông các sinh điểm trọng yếu của cơ thể. Bằng cách sử dụng các yếu tố vật lý của cơ thể, ta có thể đẩy nhanh tiến trình chứng ngộ, dứt trừ vô minh và các chủng tử của nó. Đây là đặc điểm chính của Mật thừa.

Bây giờ tôi sẽ giải thích chi tiết hơn về những điểm này từ quan điểm tiến hóa [theo thời gian], hay quan điểm lịch sử.

Theo quan điểm của Đại học giả Kashmir là Shakyashri, một người đã từng đến Tây Tạng, thì đức Phật đã sống ở Ấn Độ cách đây 2.500 năm. Điều này phù hợp với quan niệm phổ biến của phái Theravāda. Nhưng theo một số học giả Tây Tạng thì

In this system, the view of selflessness is explained only in terms of the person not of phenomena, whereas in the great vehicle system, the view of selflessness is not confined to the person alone, but encompasses all phenomena. When this view of selflessness gives rise to a profound understanding, we will be able to eliminate not only ignorance and the disturbing emotions derived from it, but also the imprints left by them. This system is called the great vehicle.

The highest vehicle is known as the Tantric vehicle which comprises not only techniques for heightening your own realization of emptiness or mind of enlightenment, but also certain techniques for penetrating the vital points of the body. By using the body's physical elements, we can expedite the process of realization, eliminating ignorance and its imprints. This is the main feature of the tantric vehicle.

I would now like to explain these points in greater detail from an evolutionary or historical point of view.

According to the viewpoint of the Kashmiri Pandit Shakyashri, who came to Tibet, Lord Buddha lived in India 2500 years ago. This accord with the popular Theravadin view, but according to some Tibetan scholars, Buddha appeared in the world more than

đức Phật đã ra đời từ cách đây hơn 3.000 năm. Một nhóm khác nói rằng phải hơn 2.800 năm. Những người đưa ra các quan điểm khác biệt này cố bảo vệ giả thuyết của họ bằng những lý do khác nhau, nhưng rốt lại thì tất cả đều mơ hồ.

Riêng tôi cảm thấy thật hổ thẹn vì không một ai - ngay cả trong số những người Phật tử - biết được bậc Đạo sư của chúng ta, đức Phật Thích-ca Mâu-ni, đã thực sự ra đời vào thời điểm nào. Tôi đã từng nghiêm túc xem xét việc có thể thực hiện một nghiên cứu khoa học nào đó [về việc này] hay không. Hiện có nhiều phần xá-lợi ở Ấn Độ và Tây Tạng mà người ta tin là do chính đức Phật để lại. Nếu các phần xá-lợi này được khảo cứu với những kỹ thuật hiện đại, có lẽ chúng ta sẽ có khả năng xác định được một số mốc thời gian chính xác, và điều đó sẽ rất hữu ích.

Về mặt lịch sử, ta biết rằng đức Phật sinh ra cũng là một người bình thường giống như chúng ta. Ngài đã lớn lên như một hoàng tử, kết hôn và có một con trai. Rồi sau khi quan sát những khổ đau của kiếp người như già, bệnh, chết... ngài đã hoàn toàn chán lìa đời sống thế tục. Ngài trải qua những khổ hạnh thân xác thật khắc nghiệt, và với nỗ lực phi thường ngài đã nhập đại thiền định, cuối cùng đạt đến giác ngộ viên mãn.

Theo cảm nhận của tôi, phương thức mà đức Phật đã thị hiện về phương thức đạt đến sự giác ngộ viên mãn là một tấm gương điển hình rất tốt cho những ai tin theo ngài, vì đây chính là phương thức

3000 years ago. Another group says it was more than 2800 years. These different proponents try to support their theories with different reasons, but in the end they are quite vague.

I personally feel it is quite disgraceful that nobody, not even among Buddhists, knows when our teacher, Shakyamuni Buddha, actually lived. I have been seriously considering whether some scientific research could be done. Relics are available in India and Tibet, which people believe derive from the Buddha, himself. If these were examined with modern techniques, we might be able to establish some accurate dates, which would be very helpful.

We know that historically the Buddha was born as an ordinary person like ourselves. He was brought up as a prince, married and had a son. Then, after observing the suffering of human beings, aging, sickness, and death, he totally renounced the worldly way of life. He underwent severe physical penances and with great effort undertook long meditation, eventually becoming completely enlightened.

I feel the way he demonstrated how to become totally enlightened set a very good example for his

mà chúng ta phải theo đuổi trên con đường tu tập tâm linh của chính mình. Thanh lọc tâm thức của chính mình không dễ dàng chút nào, phải mất nhiều thời gian và nỗ lực chuyên cần. Vì thế, nếu chọn thực hành theo Giáo pháp của đức Phật, quý vị cần phải có một ý chí phi thường và sự quyết tâm ngay từ lúc khởi đầu, chấp nhận là sẽ có nhiều, rất nhiều những chướng duyên, và kiên quyết tiếp tục đi theo con đường tu tập bất chấp tất cả những chướng duyên đó. Một sự quyết tâm như vậy là rất quan trọng. Mặc dù đức Phật đã đạt đến giác ngộ thông qua sự hy sinh vĩ đại và nỗ lực chuyên cần, nhưng đôi khi ta lại cảm thấy dường như người Phật tử chúng ta có thể đạt đến quả vị Phật mà không cần có sự chuyên cần cũng như không phải trải qua những khó khăn như ngài. Vì thế, tôi cho rằng câu chuyện về cuộc đời của chính đức Phật đã nói lên với chúng ta một ý nghĩa nào đó.

Theo chuyện kể phổ biến thì trong vòng 49 ngày sau khi giác ngộ viên mãn, đức Phật đã không thuyết giảng gì cả. Ngài ban thời pháp đầu tiên cho 5 người trước đây đã đồng tu khi ngài còn sống đời khất sĩ. Vì ngài từ bỏ lối tu khổ hạnh ép xác nên họ xa lánh ngài, và ngay cả sau khi ngài đã giác ngộ viên mãn, họ cũng không hề nghĩ đến việc quay lại hòa hợp với ngài. Tuy nhiên, khi gặp lại đức Phật lúc ngài đang trên đường đi, họ tự nhiên [khởi tâm] tự nguyện lễ kính, và kết quả sau đó ngài đã thuyết giảng cho họ bài pháp đầu tiên.

followers, for this is the way in which we should pursue our own spiritual path. Purifying your own mind is not at all easy; it takes a lot of time and hard work. Therefore, if you choose to follow this teaching you need tremendous willpower and determination right from the start, accepting that there will be many, many obstacles, and resolving that despite all of them you will continue the practice. This kind of determination is very important. Sometimes, it may seem to us that although Buddha Shakyamuni attained enlightenment through great sacrifice and hard work, we his followers can easily attain Buddhahood without the hard work and difficulties that he underwent. So, I think that the Buddha's own story has something to tell us.

According to popular legend, after his complete enlightenment, the Buddha gave no public teaching for 49 days. He gave his first discourse to the five who had formerly been his colleagues when he lived as a mendicant. Because he had broken his physical penances they had abandoned him and even after he had become totally enlightened they had no thoughts of reconciliation towards him. However, meeting the Buddha on his way, they naturally and involuntarily paid him respect, as a result of which he gave them his first teaching.

Lần Chuyển pháp luân thứ nhất

Bài pháp đầu tiên này, được biết đến như là lần Chuyển pháp luân thứ nhất, đức Phật đã thuyết giảng giáo lý căn bản về Tứ diệu đế [hay Bốn chân lý]. Như phần đông quý vị có thể đã biết, bốn chân lý này là: chân lý về khổ đau (Khổ đế), chân lý về nguồn gốc của khổ đau (Tập khổ đế), chân lý về sự chấm dứt khổ đau (Diệt khổ đế) và [chân lý về] con đường đưa đến sự chấm dứt mọi khổ đau (Đạo đế).

Theo kinh điển [đã dịch sang] tiếng Tây Tạng, thì khi dạy về Tứ diệu đế đức Phật đã thuyết giảng trong mối tương quan giữa ba yếu tố: (1) bản chất của tự thân những chân lý này, (2) những chức năng và (3) tác động của chúng.

Bốn chân lý này thực sự rất thâm diệu, vì toàn bộ giáo lý đạo Phật có thể được trình bày trong đó. Điều chúng ta tìm cầu là hạnh phúc, mà hạnh phúc luôn là kết quả của một nguyên nhân; và điều chúng ta không mong muốn là khổ đau, thì chính khổ đau cũng luôn có nguyên nhân của nó.

Xét theo tầm quan trọng của [giáo lý] Tứ diệu đế, tôi thường đưa ra nhận xét rằng cả quan niệm duyên khởi và giáo giới bất hại của đạo Phật đều nhấn mạnh vào cách hành xử bất bạo động. Lý do đơn giản của việc này là, mọi khổ đau xảy đến [với ta] không mong muốn đều do có những nguyên

The First Turning of the Wheel of Dharma

This first teaching, known as the first turning of the wheel of dharma, he gave on the basis of the four noble truths. As most of you may know, these four noble truths are the truth of suffering, the truth of its origin, the truth of cessation and the path leading to cessation.

When he taught the four noble truths, according to the sutra we find in the Tibetan edition, he taught them in the context of three factors: the nature of the truths them-selves, their functions and their effects.

The four truths are really very profound for the entire Buddhist doctrine can be presented within them. What we seek is happiness and happiness is the effect of a cause and what we don't want is suffering and suffering has its own causes too.

In view of the importance of the four noble truths, I often remark that both the Buddhist view of dependent arising and the Buddhist conduct of not harming emphasize the conduct of nonviolence. The simple

nhân, mà căn bản chính là tâm thức vô minh và buông thả không tu tập của chúng ta. Nếu ta muốn tránh khổ đau, ta nhất thiết phải tự kiềm chế bản thân, không phạm vào những hành vi xấu ác, vốn [là nguyên nhân] làm sinh khởi khổ đau. Và vì khổ đau có quan hệ với những nguyên nhân của nó, nên quan điểm duyên khởi được vận dụng. Mọi kết quả đều phụ thuộc vào những nguyên nhân, và nếu quý vị không mong muốn những kết quả [nào đó], quý vị phải chấm dứt những nguyên nhân của chúng.

Như vậy, trong Tứ diệu đế chúng ta thấy có hai cặp nhân quả: khổ đau là *quả* và nguồn gốc của khổ đau là *nhân*. Tương tự, sự chấm dứt mọi khổ đau là [*quả*] an lạc và con đường dẫn đến chấm dứt mọi khổ đau là *nhân* của sự an lạc đó.

Chúng ta có thể đạt được hạnh phúc mà ta tìm cầu bằng vào sự tu tập và chuyển hóa tâm thức, nghĩa là làm thanh tịnh tâm thức. Sự tịnh hóa tâm thức có thể đạt được khi ta phá trừ vô minh, vốn là cội gốc của mọi phiền não, và thông qua đó ta có thể đạt đến trạng thái chấm dứt [mọi khổ đau], đó chính là an lạc và hạnh phúc chân thật. Trạng thái đó chỉ có thể đạt được khi ta có khả năng nhận biết được bản chất của mọi hiện tượng, thấu hiểu được bản chất của thực tại. Và để làm được điều này thì sự tu tập trí tuệ là rất quan trọng. Khi sự tu tập trí tuệ được kết hợp với năng lực định tĩnh, chúng ta sẽ có khả năng hướng tất cả năng lực và sự chú tâm vào một đối tượng hay phẩm hạnh duy nhất. Do đó mà ở

reason for this is that suffering comes about unwanted due to its cause, which is basically our own ignorance and undisciplined mind. If we want to avoid suffering, we have to restrain ourselves from negative actions which give rise to suffering. And because suffering is related to its causes the view of dependent arising comes in. Effects depend upon their causes and if you don't want the effects, you have to put an end to their causes.

So, in the four noble truths we find two sets of causes and effects: suffering is the effect and its origin is the cause. In the same manner, cessation is peace and the path leading to it is the cause of that peace.

The happiness we seek can be achieved by bringing about discipline and transformation within our minds that is by purifying our minds. Purification of our minds is possible when we eliminate ignorance, which is at the root of all disturbing emotions, and through that, we can achieve that state of cessation which is true peace and happiness. That cessation can be achieved only when we are able to realize the nature of phenomena, to penetrate the nature of reality, and to do this the training in wisdom is important. When it is combined with the faculty of single-pointedness we will be able to channel all our energy and attention towards a single object or virtue. Therefore, the training

đây cần đến sự tu tập định tâm. Và để cho sự tu tập định, tuệ được thành tựu, [chúng ta] cần có một nền tảng đạo đức hết sức vững chãi, và do đó mà ở đây cần đến sự tu tập đạo đức, hay giới hạnh.

Giới hạnh

Có 3 môn tu học là giới, định và tuệ, và cũng giống như vậy, [cấu trúc] các bản văn trong Phật giáo cũng bao gồm 3 phần: Luật tạng, Kinh tạng và Luận tạng.

Mặc dù các giới nguyện mà người tu tập thọ nhận có sự khác biệt tùy theo nam hay nữ, nhưng tất cả đều giống nhau ở sự cần thiết phải tu tập 3 môn giới, định, tuệ.

Nền tảng căn bản của việc tu tập giới hạnh là kiềm chế không phạm vào 10 hành vi bất thiện, trong đó có 3 thuộc về thân, 4 thuộc về khẩu và 3 thuộc về ý.

Ba hành vi bất thiện thuộc về thân là:

1. Cướp đi sinh mạng của bất kỳ chúng sinh nào đang sống, bao gồm từ côn trùng cho đến con người.

2. Trộm cắp, lấy đi tài sản của người khác mà không được người ấy cho phép, bất kể việc tài sản ấy có giá trị như thế nào cũng như hành vi đó có được trực tiếp thực hiện [hay gián tiếp thông qua người khác].

in concentration comes in here and for the training of concentration and wisdom to be successful requires a very stable foundation of morality, so the practice of morality or ethics comes in here.

Ethics

Just as there are three types of training - in wisdom, concentration, and morality - the Buddhist scriptures contain three divisions - discipline, sets of discourses, and knowledge.

Both male and female practitioners have an equal need to practise these three trainings although there are differences in the vows they take.

The basic foundation of the practice of morality is restraint from the ten unwholesome actions: three pertaining to the body, four pertaining to speech and three pertaining to thought.

The three physical non virtues are:

1. Taking the life of a living being, from an insect up to a human being.

2. Stealing, taking away another's property without his consent, regardless of its value, and whether or not you do it yourself.

3. Tà dâm, quan hệ tình dục bất chính.

Bốn hành vi bất thiện thuộc về khẩu (lời nói) là:

4. Nói sai sự thật, lừa dối người khác bằng lời nói hay cử chỉ.

5. Nói lời gây chia rẽ; gây sự bất hòa bằng cách [nói những lời] tạo ra sự bất đồng hoặc đào sâu hơn những bất đồng đã sẵn có.

6. Nói lời ác độc, xúc phạm người khác.

7. Nói lời vô nghĩa, nói những điều ngốc nghếch do thôi thúc bởi tham dục...

Ba hành vi bất thiện thuộc về ý (tư tưởng) là:

8. Tham lam, mong muốn được sở hữu một điều gì vốn là của người khác.

9. Sân hận, mong muốn làm tổn hại người khác, cho dù bằng những cách thức lớn lao hay nhỏ nhặt.

10. Tà kiến, si mê, đối với một sự việc thật có nào đó - chẳng hạn như sự tái sinh, luật nhân quả, hay Tam bảo - mà cho là không thật có.

Giới luật được thọ trì bởi các vị xuất gia được gọi là giới Biệt giải thoát (Pratimokṣa - Ba-la-đề-mộc-xoa). Ở Ấn Độ, trước đây có 4 trường phái chính phổ biến nhất, về sau phân chia thành 18 bộ phái, mỗi bộ phái có một bản ghi *Ba-la-đề-mộc-xoa* riêng của họ, là những chỉ dạy ban đầu do chính đức Phật nói ra, đặt nền móng dẫn dắt cho đời sống xuất gia trong

3. Sexual misconduct, committing adultery.

The four verbal non virtues are:

4. Lying, deceiving others through spoken word or gesture.

5. Divisiveness, creating dissension by causing those in agreement to disagree or those in disagreement to disagree further.

6. Harshness, abusing others.

7. Senselessness, talking about foolish things motivated by desire and so forth.

The three mental non virtues are:

8. Covetousness, desiring to possess something that belongs to another.

9. Harmful intent, wishing to injure others, be it in a great or small way.

10. Wrong view, viewing some existent thing, such as rebirth, cause and effect, or the Three Jewels as nonexistent.

The morality practiced by those who observe the monastic way of life is referred to as the discipline of individual liberation (Pratimoksha). In India, there were four major schools oftenest, later producing eighteen branches, which each preserved their own version of the Pratimoksha, the original discourse spoken by the Buddha, which laid down the guidelines for monastic

các tự viện. Giới luật được thọ trì trong các tự viện ở Tây Tạng là dựa theo truyền thống Căn bản Thuyết nhất thiết hữu bộ (Mulasarvastavadin), theo đó thì vị tỳ-kheo thọ Cụ túc giới (hay Đại giới) sẽ thọ trì 253 điều giới. Theo truyền thống Theravāda thì giới Biệt giải thoát của vị tỳ-kheo bao gồm 227 điều giới.

Sự thọ trì giới luật mang đến một năng lực chánh niệm và tỉnh giác, bảo vệ quý vị không phạm vào những hành vi bất thiện. Vì thế, đó là nền tảng [ban đầu] của con đường tu tập theo Phật pháp. Giai đoạn tiếp theo là thiền tập, sẽ đưa hành giả đến với pháp tu tập thứ hai về định lực.

Định lực

Khi nói về thiền tập trong ý nghĩa chung của Phật giáo, có 2 loại là thiền chú tâm (hay thiền định) và thiền phân tích (hay thiền quán). Thiền định chỉ sự tu tập hướng đến sự an định hay nhất tâm và thiền quán là sự tu tập quán chiếu, phân tích. Trong cả 2 trường hợp thì việc có được một nền tảng chánh niệm và tỉnh giác thật vững chãi là điều hết sức quan trọng, và nền tảng này có được là nhờ sự thọ trì giới luật. Hai yếu tố chánh niệm và tỉnh giác không chỉ quan trọng trong thiền tập mà cả trong cuộc sống hằng ngày của chúng ta nữa.

Chúng ta có thể nói về nhiều trạng thái thiền khác nhau, chẳng hạn như các trạng thái thiền *sắc*

life. The practice observed in the Tibetan monasteries follows the Mulasarvastavadin tradition in which 253 precepts are prescribed for fully ordained monks or Bhikshus. In the Theravadin tradition the individual liberation vow of monks comprises 227 precepts.

In providing you with an instrument of mindfulness and alertness, the practice of morality protects you from indulging in negative actions. Therefore it is the foundation of the Buddhist path. The second phase is meditation, which leads the practitioner to the second training which is concerned with concentration.

Concentration

When we talk of meditation in the general Buddhist sense, there are two types - absorptive and analytical meditation. The first refers to the practice of the calmly abiding or single-pointed mind and the second to the practice of analysis. In both cases, it is very important to have a very firm foundation of mindfulness and alertness, which is provided by the practice of morality. These two factors, mindfulness and alertness, are important not only in meditation, but also in our day to day life.

We speak of many different states of meditation, such as the form or formless states. The form states are

giới và thiền *vô sắc giới*. Các trạng thái thiền *sắc giới* được phân biệt trên căn bản sự phân chia các chi, trong khi các trạng thái thiền *vô sắc giới* được phân biệt trên căn bản tính chất của đối tượng chú tâm.

Chúng ta tu tập giới hạnh làm nền tảng và tu tập định lực như một yếu tố bổ sung, một phương tiện để giúp tâm thức trở nên hữu dụng. Vì thế, sau này khi tu tập trí tuệ thì quý vị đã có được một tâm thức tập trung đến mức có thể hướng tất cả sự chú ý và năng lực của mình vào đối tượng được chọn. Trong sự tu tập trí tuệ, quý vị quán chiếu về tính chất *vô ngã* và *tánh Không* của vạn pháp, và điều đó có công năng đối trị thực sự với phiền não.

Ba mươi bảy phẩm Bồ-đề

Trong lần chuyển pháp luân thứ nhất, cấu trúc chung của con đường tu tập theo Phật giáo được vạch ra bao gồm 37 khía cạnh khác nhau của sự giác ngộ, hay 37 phẩm Bồ-đề.

Trước hết trong số này là *Tứ niệm xứ*, chỉ cho 4 pháp: *thân niệm xứ, thọ niệm xứ, tâm niệm xứ* và *pháp niệm xứ*. Tuy nhiên, ở đây chữ "niệm" được dùng để chỉ đến sự quán niệm về bản chất khổ đau của luân hồi, bằng những phương tiện mà người tu tập sử dụng để phát triển một quyết tâm thực sự phải giải thoát ra khỏi luân hồi.

differentiated on the basis of their branches, whereas the formless states are differentiated on the basis of the nature of the object of absorption.

We take the practice of morality as the foundation and the practice of concentration as a complementary factor, an instrument, to make the mind serviceable. So, later, when you undertake the practice of wisdom you are equipped with such a single-pointed mind that you can direct all your attention and energy to the chosen object. In the practice of wisdom, you meditate on the selflessness or emptiness of phenomena, which serves as the actual antidote to the disturbing emotions.

The Thirty-seven Aspects of Enlightenment

The general structure of the Buddhist path, as outlined in the first turning of the wheel of dharma, consists of the thirty-seven aspects of enlightenment. These begin with the four mindfulnesses, which refer to mindfulness of the body, feelings, mind and phenomena. Here, however, mindfulness refers to meditation on the suffering nature of cyclic existence by means of which practitioners develop a true determination to be free from this cycle of existence.

Kế tiếp là *Tứ chánh đoạn*, vì khi người tu tập nhờ vào *Tứ niệm xứ* mà phát triển được một quyết tâm thực sự cầu giải thoát, người ấy sẽ dấn thân vào một nếp sống từ bỏ mọi nguyên nhân gây khổ đau trong tương lai và gieo trồng những nguyên nhân phúc lạc cho đời sau.

Việc chế ngự tất cả các hành vi bất thiện và phiền não cũng như làm tăng trưởng các yếu tố hiền thiện trong tâm thức được gọi chung theo thuật ngữ Phật học là *các pháp thanh tịnh*. Vì các pháp thanh tịnh này chỉ có thể đạt được khi quý vị có một tâm thức rất an định, nên tiếp theo sẽ là *Tứ thần túc*.

Tiếp đến nữa là *Ngũ căn, Ngũ lực, Bát thánh đạo* và *Thất giác chi*.

Trên đây là cấu trúc chung của con đường tu tập theo Phật giáo, theo như [Đức Phật] đã vạch ra trong lần Chuyển pháp luân thứ nhất. Phật giáo được tu tập theo truyền thống Tây Tạng là sự kết hợp trọn vẹn tất cả các đặc điểm này của giáo lý đạo Phật.

Lần Chuyển pháp luân thứ hai

Trong lần chuyển pháp luân thứ hai, đức Phật thuyết giảng các kinh hệ Bát-nhã Ba-la-mật-đa, hay trí tuệ viên mãn, trên đỉnh núi Linh Thứu, bên ngoài thành Vương Xá.

Next are the four complete abandonments, because when practitioners develop a true determination to be free through the practice of the four mindfulnesses, they engage in a way of life in which they abandon the causes of future suffering and cultivate the causes of future happiness.

Since overcoming all negative actions and disturbing emotions and increasing positive factors within your mind, which are technically called the class of pure phenomena, can be achieved only when you have a very concentrated mind, there follow what are called the four factors of miraculous powers.

Next come what are known as the five faculties, five powers, eightfold noble path and seven branches of the path to enlightenment.

This is the general structure of the Buddhist path as laid down in the first turning of the wheel of dharma. Buddhism as practised in the Tibetan tradition completely incorporates all these features of the Buddhist doctrine.

The Second Turning of the Wheel of Dharma

In the second turning of the wheel of dharma, the Buddha taught the Perfection of Wisdom or Prajnaparamita sutras, on Vultures Peak, outside Rajgir.

Lần Chuyển pháp luân thứ hai nên được xem như mở rộng thêm các đề mục đã được thuyết giảng trong lần Chuyển pháp luân thứ nhất. Trong lần chuyển pháp luân này, đức Phật không chỉ thuyết giảng sự thật về khổ đau, rằng đau khổ cần phải được nhận biết đúng thật, mà còn nhấn mạnh đến tầm quan trọng của việc nhận biết cả khổ đau của bản thân cũng như của tất cả chúng sinh, nên ý nghĩa được mở rộng hơn nhiều. Khi thuyết giảng về nguồn gốc của khổ đau trong lần chuyển pháp luân này, đức Phật không chỉ nói riêng đến những cảm xúc phiền não, mà còn chỉ ra những chủng tử vi tế do chúng để lại trong tâm thức, nên sự giảng giải lần này thâm diệu hơn.

Diệt đế hay sự chấm dứt khổ đau cũng được giảng giải một cách sâu sắc hơn rất nhiều. Trong lần Chuyển pháp luân thứ nhất, sự chấm dứt khổ đau chỉ đơn thuần được nhận diện, nhưng trong Kinh Bát-nhã Ba-la-mật-đa đức Phật giảng giải hết sức chi tiết về bản chất của sự chấm dứt khổ đau và các đặc trưng của trạng thái này. Ngài mô tả con đường tu tập có thể giúp chấm dứt mọi khổ đau và cũng mô tả trạng thái chấm dứt hoàn toàn mọi khổ đau được gọi là *diệt độ* đó là như thế nào.

Tương tự, Đạo đế hay con đường tu tập cũng được giảng giải một cách sâu sắc hơn trong Kinh Bát-nhã Ba-la-mật-đa. Đức Phật đã chỉ dạy một con đường duy nhất bao gồm hết thảy sự chứng ngộ tánh Không, chân tánh của vạn pháp, kết hợp với lòng bi

The second turning of the second wheel of dharma should be seen as expanding upon the topics which the Buddha had expounded during the first turning of the wheel. In the second turning, he taught not only the truth of suffering, that suffering should be recognized as suffering, but emphasized the importance of identifying both your own suffering as well as that of all sentient beings, so it is much more extensive. When he taught the origin of suffering in the second turning of the wheel of dharma, he referred not to the disturbing emotions alone, but also to the subtle imprints they leave behind, so this explanation is more profound.

The truth of cessation is also explained much more profoundly. In the first turning of the wheel of dharma cessation is merely identified, whereas in the Perfection of Wisdom sutras the Buddha explains the nature of this cessation and its characteristics in great detail. He describes the path by which sufferings can be ceased and what the actual state called cessation is.

The truth of the path is similarly dealt with more profoundly in the Perfection of Wisdom Sutras. The Buddha taught a unique path comprising the realization of emptiness, the true nature of all phenomena, combined with compassion and the mind of enlightenment, the

mẫn và tâm thức giác ngộ cùng với tâm nguyện vị tha muốn đạt đến giác ngộ vì lợi lạc cho tất cả chúng sanh. Vì đức Phật thuyết giảng về sự hợp nhất cả phương tiện và trí tuệ nên chúng ta thấy rằng lần chuyển pháp luân này đã mở rộng và phát triển dựa trên lần chuyển pháp luân thứ nhất.

Mặc dù trong lần chuyển pháp luân thứ hai Tứ diệu đế được giảng giải một cách thâm diệu hơn, nhưng như vậy không phải là vì có những đặc điểm nào đó đã không được giảng giải trong lần thứ nhất. Một lý do như thế là không thể chấp nhận, vì có nhiều đề tài được các ngoại đạo giảng giải mà không được giảng giải trong đạo Phật, nhưng điều đó không có nghĩa là [giáo lý của] ngoại đạo thâm diệu hơn đạo Phật. Lần chuyển pháp luân thứ hai giảng giải và phát triển một số khía cạnh của Tứ diệu đế vốn chưa được giảng giải trong lần thứ nhất, nhưng không hề mâu thuẫn với cấu trúc chung của con đường tu tập theo đạo Phật như đã được trình bày trong lần thứ nhất. Vì thế mà thuyết giảng trong lần thứ hai này được cho là thâm diệu hơn.

Dù vậy, trong các giảng luận về lần chuyển pháp luân thứ hai cũng có một số diễn đạt nào đó quả đúng là mâu thuẫn với cấu trúc chung của con đường tu tập như đã mô tả trong lần thứ nhất, vì thế mà giáo lý Đại thừa đề cập đến 2 nhóm kinh điển. Một số kinh điển được nhận hiểu qua giá trị bề mặt và được xem là đúng thật về mặt ngữ nghĩa, trong khi một số kinh điển khác đòi hỏi phải có sự nhận hiểu

altruistic wish to achieve enlightenment for the sake of all sentient beings. Because he spoke of this union of method and wisdom in the second wheel of dharma, we find that the second turning expands and develops on the first turning of the wheel of the dharma.

Although the four noble truths were explained more profoundly during the second turning of the wheel of dharma, this is not because certain features were explained in the second that were not explained in the first. That cannot be the reason, because many topics are explained in non Buddhist systems which are not explained in Buddhism, but that does not mean that other systems are more profound than Buddhism. The second turning of the wheel of dharma explains and develops certain aspects of the four noble truths, which were not explained in the first turning of the wheel, but which do not contradict the general structure of the Buddhist path described in that first discourse. Therefore, the explanation found in the second is said to be more profound.

Yet, in the discourses of the second turning of the wheel we also find certain presentations that do contradict the general structure of the path as described in the first, thus the great vehicle speaks of two categories of sutras, some which are taken at face value and are thought of as literally true, whereas

sâu sắc hơn. Do đó, dựa theo *Tứ y cứ* của Đại thừa, chúng ta phân chia kinh điển thành 2 nhóm: kinh điển *liễu nghĩa*, với ý nghĩa quyết định rốt ráo, và kinh điển *bất liễu nghĩa*, với ý nghĩa cần được nhận hiểu sâu sắc hơn.

Tứ y cứ bao gồm các chỉ dẫn: y theo giáo pháp, không y theo cá nhân; đối với giáo pháp thì y theo ý nghĩa, không y theo ngôn ngữ; y theo kinh điển liễu nghĩa, không y theo kinh bất liễu nghĩa; và y theo trí tuệ nhận hiểu sâu xa, không y theo tri thức của sự nhận biết thông thường.

Phương pháp tiếp cận này được thấy ngay trong những lời Phật dạy. Ngài nói: *"Này các tỳ-kheo, các bậc trí giả, đừng chấp nhận những gì ta nói chỉ vì lòng tôn kính đối với ta, mà trước hết phải phân tích, khảo sát nghiêm ngặt những lời ấy."*

Trong lần chuyển pháp luân thứ hai với các kinh thuộc hệ thống Bát-nhã, đức Phật đã giảng giải sâu xa hơn về đối tượng của sự dứt trừ, đặc biệt là trong mối quan hệ với tánh Không, một cách tinh tế và sâu rộng hơn. Vì thế, phương pháp tiếp cận của Đại thừa là nhận hiểu các kinh hệ Bát-nhã theo hai mức độ: *ý nghĩa văn tự*, liên quan đến sự trình bày về tánh Không, và *ý nghĩa tiềm ẩn* liên quan đến sự giảng giải sâu kín về các giai đoạn trên đường tu tập.

others require further interpretation. So, based on the great vehicle approach of the four reliances, we divide the sutras into two categories, the definitive and the interpretable.

These four reliances consist of advice to rely on the teaching, not on the person; within the teachings rely on the meaning, not on mere words; rely on definitive sutras, not those requiring interpretation; and rely on the deeper understanding of wisdom, not on the knowledge of ordinary awareness.

This approach can be found in the Buddha's own words, as when he said, '0, Bhikshus and wise men, do not accept what I say just out of respect for me, but first subject it to analysis and rigorous examination.'

In the second turning of the wheel of dharma, the Perfection of Wisdom sutras, the Buddha further explained the subject of cessation, particularly with regard to emptiness, in a more elaborate and extensive way. Therefore, the great vehicle approach is to interpret those sutras on two levels: the literal meaning, which concerns the presentation of emptiness, and the hidden meaning which concerns the latent explanation of the stages of the path.

Lần Chuyển pháp luân thứ ba

Lần Chuyển pháp luân thứ ba gồm nhiều kinh điển khác nhau, quan trọng nhất là kinh Như Lai Tạng, vốn thực sự là nguồn gốc sản sinh tuyển tập các bài tụng ca của ngài Long Thụ cũng như luận giải Tương tục Tối thượng (Sublime Continuum) của luận sư Di-lặc. Vì tánh Không đã được giảng giải đến mức độ trọn vẹn và cao siêu, thâm diệu nhất trong lần chuyển pháp luân thứ hai, nên trong kinh này đức Phật đi sâu hơn vào những chủ đề mà Ngài đã đề cập trong lần chuyển pháp luân trước, nhưng không từ quan điểm khách quan về tánh Không. Điểm đặc thù của lần chuyển pháp luân thứ ba là đức Phật đã chỉ dạy một số phương thức để nâng cao trí tuệ nhận biết tánh Không từ quan điểm của tâm thức chủ quan.

Sự giảng giải về quan niệm tánh Không trong lần chuyển pháp luân thứ hai - qua đó đức Phật dạy rằng không có sự tồn tại dựa vào tự tính sẵn có - là thâm sâu quá mức nhận hiểu của nhiều người tu tập. Đối với một số người, việc nói rằng các pháp không tồn tại dựa vào tự tính có vẻ như ngụ ý rằng chúng hoàn toàn không tồn tại. Vì sự lợi lạc cho những người như thế, nên trong lần chuyển pháp luân thứ ba đức Phật nói về phẩm tính các đối tượng của tánh Không với nhiều cách diễn giải khác nhau.

The Third Turning of the Wheel of Dharma

The third turning of the wheel contains many different sutras, the most important of which is the Tathagata Essence sutra, which is actually the source for Nagarjuna's collection of praises and also Maitreya's treatise the Sublime Continuum. In this sutra, the Buddha further explores topics he had touched on in the second turning of the wheel, but not from the objective viewpoint of emptiness, because emptiness was explained to its fullest, highest and most profound degree in the second turning. What is unique about the third turning is that Buddha taught certain ways of heightening the wisdom which realizes emptiness from the point of view of subjective mind.

The Buddha's explanation of the view of emptiness in the second turning of the wheel, in which he taught about the lack of inherent existence, was too profound for many practitioners to comprehend. For some, to say phenomena lack inherent existence seems to imply that they do not exist at all. So, for the benefit of these practitioners, in the third turning of the wheel the Buddha qualified the object of emptiness with different interpretations.

Chẳng hạn, trong kinh Giải thâm mật đức Phật đã chỉ ra nhiều loại tánh Không khác nhau bằng cách phân chia tất cả các pháp thành 3 nhóm: nhóm các pháp bị quy gán, nhóm các pháp phụ thuộc và nhóm các pháp đã xác lập hoàn toàn, vốn chỉ đến [các loại] tánh Không [khác nhau] của các pháp. Ngài nói về tánh Không đa dạng của những pháp khác nhau này, những biểu hiện đa dạng của sự không tồn tại dựa vào tự tính và những ý nghĩa đa dạng của chúng. Vì thế, hai trường phái chính của tư tưởng Đại thừa là Trung Quán tông (Mādhyamika) và Duy Thức tông [Cittamātra] đã hình thành ở Ấn Độ dựa trên nền tảng những giảng giải khác nhau này.

Tiếp đến là Mật thừa (Tantra) mà tôi tin là có mối liên hệ nào đó với lần chuyển pháp luân thứ ba. Từ ngữ *"tantra"* mang nghĩa là *"tiếp nối, tương tục"*. Bản văn Mật điển Du-già là *Trang nghiêm Kim cang tinh yếu* giảng giải rằng, *"tantra"* nghĩa là sự tương tục, chỉ cho sự tương tục của thức hay tâm thức. Chính trên căn bản của tâm thức này mà trong phạm vi thế tục chúng ta thực hiện các hành vi bất thiện, và kết quả là ta phải trôi lăn trong vòng sinh tử luân hồi. Trên con đường tu tập tâm linh, cũng chính trên căn bản của dòng tâm thức tương tục này mà chúng ta mới có khả năng thực hiện những sự hoàn thiện tinh thần, trải nghiệm những chứng ngộ bậc cao trên đường tu tập... Và cũng chính trên căn bản dòng tâm thức tương tục này mà chúng ta mới có khả năng đạt đến trạng thái nhất thiết trí rốt ráo. Như vậy, dòng tâm thức tương tục này luôn luôn

For example, in the Sutra Unravelling the Thought of the Buddha he differentiated various types of emptiness by categorizing all phenomena into three classes: imputed phenomena, dependent phenomena and thoroughly established phenomena, which refers to their empty nature. He spoke of the various emptinesses of these different phenomena, the various ways of lacking inherent existence, and the various meanings of the lack of inherent existence of these different phenomena. So, the two major schools of thought of the great vehicle, the Middle Way (Madhyamika) and the Mind Only (Chittamatra) schools arose in India on the basis of these differences of presentation.

Next is the tantric vehicle, which I think has some connection with the third turning of the wheel. The word 'tantra' means 'continuity'. The Yoga Tantra text called the Ornament of the Vajra Essence Tantra explains that tantra is a continuity referring to the continuity of consciousness or mind. It is on the basis of this mind that on the ordinary level we commit negative actions, as a result of which we go through the vicious cycle of life and death. On the spiritual path, it is also on the basis of this continuity of consciousness that we are able to make mental improvements, experience high realizations of the path and so forth. And it is also on the basis of this continuity of consciousness that we are able to achieve the ultimate state of omniscience.

hiện hữu, và đó chính là ý nghĩa của *"tantra"* hay dòng tương tục.

Tôi cảm thấy có một mối liên kết giữa kinh điển và các tantra trong lần chuyển pháp luân thứ hai và thứ ba, vì trong lần thứ hai đức Phật có thuyết giảng một số kinh điển nhất định với những tầng bậc nghĩa lý khác nhau. Ý nghĩa hiển bày của kinh Bát-nhã Ba-la-mật-đa là tánh Không, trong khi hàm nghĩa của kinh là những giai đoạn tu tập sẽ đạt được, như là kết quả của sự chứng ngộ tánh Không. Trong lần chuyển pháp luân thứ ba, [đức Phật] cũng quan tâm đến những pháp môn khác nhau để nâng cao trí tuệ chứng ngộ tánh Không. Vì thế, tôi nghĩ rằng ở đây có một mối liên kết giữa kinh điển và các tantra.

Những giảng giải khác nhau về vô ngã

Về mặt triết học, những tiêu chí để xác định một trường phái thuộc về Phật giáo là xét xem trường phái ấy có chấp nhận bốn pháp ấn hay không. Bốn pháp ấn là: (1) tất cả các pháp do nhân duyên hợp thành, bản chất là vô thường; (2) tất cả các pháp bất tịnh đều mang bản chất khổ đau; (3) [bản tánh rốt ráo của] tất cả các pháp đều là không và không có tự ngã; và (4) chỉ có Niết-bàn [tịch diệt] là an lạc. Bất kỳ hệ thống [tư tưởng] nào chấp nhận các pháp ấn này thì về mặt triết học đều được xem

So, this continuity of consciousness is always present, which is the meaning of tantra or continuity.

I feel there is a bridge between the sutras and tantras in the second and third turnings of the wheel, because in the second, the Buddha taught certain sutras which have different levels of meaning. The explicit meaning of the Perfection of Wisdom Sutra is emptiness, whereas the implicit meaning is the stages of the path which are to be achieved as a result of realizing emptiness. The third turning was concerned with different ways of heightening the wisdom which realizes emptiness. So I think there is a link here between sutras and tantras.

Different Explanations of Selflessness

From a philosophical point of view, the criterion for distinguishing a school as Buddhist is whether or not it accepts the four seals: that all composite phenomena are impermanent by nature, contaminated phenomena are of the nature of suffering, all phenomena are empty and selfless and nirvana alone is peace. Any system accepting these seals is philosophically a Buddhist

như một trường phái tư tưởng của Phật giáo. Trong các trường phái tư tưởng Đại thừa, ý nghĩa vô ngã được giảng giải một cách thâm diệu hơn, ở mức độ sâu xa hơn.

Bây giờ, tôi sẽ giải thích sự khác biệt của ý nghĩa vô ngã như được giảng giải trong lần chuyển pháp luân thứ hai so với lần thứ nhất.

Hãy khảo sát kinh nghiệm của chính mình để thấy chúng ta liên hệ với sự vật như thế nào. Lấy ví dụ ở đây, khi tôi sử dụng xâu chuỗi này, tôi cảm nhận nó là của tôi và tôi có sự tham luyến đối với nó. Nếu quý vị khảo sát sự tham luyến mà quý vị cảm thấy đối với những vật sở hữu của riêng mình, quý vị sẽ thấy là có nhiều mức độ tham luyến. Một trong các mức độ ấy là cảm thấy như có một bản ngã tự nó là trọn vẹn và tồn tại *như một thực thể tách biệt không phụ thuộc vào thân tâm của quý vị*; chính cái bản ngã ấy đã cảm nhận rằng xâu chuỗi này là "của tôi".

Một khi nhờ tu tập thiền quán mà quý vị có khả năng nhận thức được sự không hiện hữu của một bản ngã *tự nó đã trọn vẹn và tồn tại tách biệt với thân tâm của quý vị* như thế, quý vị sẽ có thể giảm nhẹ đi sự tham luyến mạnh mẽ mà quý vị cảm thấy đối với những vật sở hữu của mình. Nhưng quý vị cũng có thể cảm thấy vẫn còn có những mức độ tham luyến thật vi tế. Mặc dù quý vị có thể không cảm thấy một sự tham luyến chủ quan từ phía mình như một bản ngã, nhưng vì vẻ ngoài xinh xắn của xâu chuỗi, màu

school of thought. In the great vehicle schools of thought, selflessness is explained more profoundly, at a deeper level.

Now, let me explain the difference between selflessness as explained in the second turning of the wheel and that explained in the first.

Let us examine our own experience, how we relate to things. For example, when I use this rosary here, I feel it is mine and I have attachment to it. If you examine the attachment you feel for your own possessions, you find there are different levels of attachment. One is the feeling that there is a self-sufficient person existing as a separate entity independent of your own body and mind, which feels that this rosary is 'mine'.

When you are able, through meditation, to perceive the absence of such a self-sufficient person, existing in isolation from your own body and mind, you are able to reduce the strong attachment you feel towards your possessions. But you may also feel that there are still some subtle levels of attachment. Although you may not feel a subjective attachment from your own side in relation to the person, because of the rosary's beautiful

sắc đẹp đẽ của nó v.v... nên quý vị vẫn cảm thấy một mức độ tham luyến nào đó đối với nó vì tin rằng *có một thực thể khách quan nhất định quả thật tồn tại bên ngoài quý vị.* Vì thế, trong lần chuyển pháp luân thứ hai, đức Phật đã dạy rằng [ý nghĩa] vô ngã không chỉ giới hạn trong phạm trù bản ngã cá nhân *(nhân vô ngã),* mà cũng áp dụng cho tất cả các pháp *(pháp vô ngã).* Khi nhận rõ được điều này, quý vị sẽ có khả năng vượt qua mọi hình thức của tham luyến và vọng chấp.

Như ngài Nguyệt Xứng đã nói khi luận giải về tác phẩm Trung luận của ngài Long Thụ, ý nghĩa vô ngã như được giải thích theo giáo lý của các tông phái Tiểu thừa - vốn chỉ giới hạn trong phạm trù bản ngã của cá nhân - không phải là dạng thức đầy đủ của vô ngã. Cho dù quý vị có nhận rõ được ý nghĩa vô ngã theo cách đó, quý vị vẫn sẽ có những tham luyến và bám chấp ở mức độ vi tế đối với các đối tượng bên ngoài, chẳng hạn như những vật sở hữu của quý vị v.v...

Mặc dù vô ngã là quan điểm chung của tất cả mọi trường phái tư tưởng Phật giáo, nhưng vẫn có những khác biệt trong sự diễn bày. Cách diễn giải của các trường phái Đại thừa là thâm diệu hơn khi so với các trường phái tư tưởng thuộc Tiểu thừa. Một lý do [cho nhận xét này] là, mặc dù quý vị có thể nhận rõ được tính vô ngã của con người, như được mô tả theo các trường phái Tiểu thừa - nghĩa là mỗi con người không phải một thực thể tồn tại về cơ bản hay tự nó

appearance, its beautiful colour and so forth, you feel a certain level of attachment to it that a certain objective entity exists out there. So, in the second turning of the wheel, the Buddha taught that selflessness is not confined to the person alone, but that it applies to all phenomena. When you realize this, you will be able to overcome all forms of attachment and delusion.

Just as Chandakirti said in his Supplement to Nagarjuna's Treatise on the Middle Way', the selflessness explained in the lower schools of tenets, which confine their explanation of selflessness only to the person, is not a complete form of selflessness. Even if you realize that selflessness, you will still have subtle levels of clinging and attachment to external objects, like your possessions and so forth.

Although the view of selflessness is common to all Buddhist schools of thought, there are differences of presentation. That of the higher schools is more profound in comparison with that of the lower schools of thought. One reason is that even though you may have realized the selflessness of persons, as described by the lower schools, in terms of a person not being a self-sufficient or substantially existent entity, you

là đầy đủ - quý vị vẫn có thể bám chấp vào một khái niệm sai lầm nào đó về bản ngã, nhận hiểu về con người như một sự tồn tại dựa vào tự tính, hoàn toàn không phụ thuộc và thật có.

Khi nhận thức về tính vô ngã của con người ngày càng trở nên tinh tế hơn, quý vị sẽ nhận ra rằng mỗi con người không hề có bất kỳ một dạng thức bản chất độc lập nào hay tồn tại dựa vào tự tính sẵn có. Và như vậy quý vị sẽ không cách nào có thể nhận hiểu được về một con người mà tự thân vốn đã là trọn vẹn. Do đó, sự diễn giải về vô ngã trong các trường phái Đại thừa là sâu sắc và thâm diệu hơn nhiều so với cách diễn giải của các trường phái Tiểu thừa.

Cách diễn giải về vô ngã của các trường phái Đại thừa không chỉ thâm diệu hơn trong việc đối trị với nhận thức sai lầm về sự hiện hữu chân thật của con người và các pháp, mà còn là không mâu thuẫn với thực tại quy ước của các pháp. Các pháp quả thật có tồn tại trên một nền tảng quy ước, và sự nhận biết được tánh Không không hề ảnh hưởng đến điều này.

Những thuyết giảng khác nhau về vô ngã của đức Phật nên được xem xét theo trình tự như là để tạo nền tảng cho quan điểm duyên khởi của Phật giáo. Khi người Phật tử nói về duyên khởi, họ liên hệ đến các pháp phiền não vốn là nguyên nhân gây ra khổ đau, hệ quả của chúng là khổ đau. Điều này được giải thích trong phạm vi ý nghĩa của "mười hai mắt xích duyên khởi", vốn tạo thành những yếu tố

may still cling to a certain misconception of self, apprehending the person as inherently, independently or truly existent.

As realization of the selflessness of persons becomes increasingly subtle, you realize that the person lacks any form of independent nature or inherent existence. Then there is no way you can apprehend a self-sufficient person. Therefore, the presentation of selflessness in the higher schools is much deeper and more profound than that of the lower schools.

The way the higher schools explain selflessness is not only more powerful in counteracting the misconception of the true existence of persons and phenomena, but also does not contradict phenomena's conventional reality. Phenomena do exist on a conventional basis, and the realization of emptiness does not affect this.

The Buddha's different presentations of selflessness should be viewed in order as providing background for the Buddhist view of dependent arising. When Buddhists speak of dependent arising, they do so in terms of afflictive phenomena which are causes of suffering, whose consequences are suffering. This is explained in terms of 'the twelve links of dependent arising', which comprise those factors completed within one cycle of rebirth within the cycle of

để hoàn tất một chu kỳ tái sinh trong luân hồi. Do đó, duyên khởi là cội gốc của quan điểm Phật giáo.

Nếu quý vị không hiểu vô ngã trong phạm vi ý nghĩa của duyên khởi, quý vị sẽ không thể hiểu được một cách trọn vẹn về vô ngã. Năng lực tinh thần của con người có sự khác biệt nhau. Đối với một số người, khi nghe giảng giải rằng tất cả các pháp *không hề tồn tại dựa vào tự tính* thì họ lại nhận hiểu có vẻ như là *không có gì tồn tại cả.* Một sự nhận hiểu như thế là hết sức nguy hiểm và tai hại, vì nó có thể khiến cho quý vị rơi vào sự cực đoan của chủ nghĩa hư vô. Vì thế, đức Phật đã thuyết giảng giáo lý vô ngã một cách đại lược cho những người có năng lực tinh thần như thế. Với những người tu tập có năng lực tinh thần cao hơn, ngài thuyết giảng vô ngã ở một mức độ tinh tế hơn. Dù vậy, bất kể sự nhận biết về tánh Không có tinh tế đến đâu, nó cũng không làm tổn hại đến niềm tin của người tu tập vào sự hiện hữu [trong thế giới] quy ước của các pháp.

Do đó, sự nhận hiểu về tánh Không phải giúp quý vị hoàn chỉnh sự nhận hiểu về duyên khởi; và sự nhận hiểu về tánh Không đó phải củng cố hơn nữa niềm tin của quý vị vào nhân quả.

Nếu phân tích những diễn giải của các trường phái Đại thừa theo quan điểm của các trường phái Tiểu thừa, quý vị sẽ không tìm thấy trong đó bất kỳ sự mâu thuẫn hay bất hợp lý nào. Ngược lại, nếu xem xét những diễn giải của các trường phái Tiểu

existence. Therefore, dependent arising is at the root of the Buddhist view.

If you do not understand selflessness in terms of dependent arising, you will not understand selflessness completely. People's mental faculties are different. For some, when it is explained that all phenomena are empty of inherent existence, it may seem that nothing exists at all. Such an understanding is very dangerous and harmful, because it can cause you to fall into the extreme of nihilism. Therefore, Buddha taught selflessness roughly for persons with such mental faculties. For practitioners of higher faculties, he taught selflessness on a subtler level. Still, no matter how subtle the realization of emptiness may be, it does not harm their conviction in phenomena's conventional existence.

So, your understanding of emptiness should complement your understanding of dependent arising, and that understanding of emptiness should further reaffirm your conviction in the law of cause and effect.

If you were to analyze the higher schools' presentation from the viewpoint of the lower schools, you should find no contradiction or logical inconsistencies in them. Whereas, if you were to consider the lower

thừa theo quan điểm của các trường phái Đại thừa, hẳn là quý vị sẽ tìm thấy nhiều điểm bất hợp lý.

Bốn pháp ấn

Bốn pháp ấn vừa đề cập trên đây có những quan hệ sâu xa đối với người tu tập theo đạo Phật. Pháp ấn thứ nhất dạy rằng, tất cả các pháp do duyên hợp đều là vô thường. Vấn đề vô thường đã được trường phái Kinh lượng bộ giảng giải một cách đầy đủ nhất, theo đó tất cả các pháp do duyên hợp thì về bản chất đều là vô thường, trong ý nghĩa nếu một pháp được hình thành từ một nguyên nhân thì về bản chất pháp ấy là vô thường hoặc đang phân rã. Nếu một sự vật nào đó được hình thành từ một nguyên nhân, thì sự tan rã của nó không đòi hỏi bất kỳ một nguyên nhân thứ hai nào. Tiến trình phân rã vốn đã bắt đầu ngay vào thời điểm sự vật ấy được tạo thành từ nguyên nhân của nó. Vì thế, sự phân rã của nó không đòi hỏi thêm nguyên nhân nào khác. Đây là ý nghĩa tinh tế của của [giáo lý] vô thường, rằng bất kỳ điều gì được tạo ra bởi các nguyên nhân đều là "y tha khởi", trong ý nghĩa là nó phụ thuộc các nhân duyên, và do đó phải chịu sự thay đổi và phân rã.

Điều này rất gần với sự giải thích của các nhà vật lý học về tự nhiên, về tính chất ngắn ngủi, không thường tồn của mọi hiện tượng.

schools' presentation from the viewpoint of the higher schools, you would find many logical inconsistencies.

The Four Seals

The four seals mentioned above have profound implications for a Buddhist practitioner. The first seal states that all compounded phenomena are impermanent. The question of impermanence has been expounded most fully by the Sutra Follower (Sautrantika) school, which explains that all compounded phenomena are by nature impermanent, in the sense that due to its being produced from a cause a phenomenon is by nature impermanent or disintegrating. If something is produced from a cause, no secondary cause is required for it to disintegrate. The moment that it was produced from the cause, the process of disintegration has already begun. Therefore, its disintegration requires no further cause. This is the subtle meaning of impermanence that anything produced by causes is 'other-powered' in the sense that it depends upon causes and conditions and therefore is subject to change and disintegration.

This is very close to the physicists' explanation of nature, the momentariness of phenomena.

Pháp ấn thứ hai dạy rằng, tất cả các pháp bất tịnh đều mang bản chất khổ đau. Ở đây, *các pháp bất tịnh* là chỉ cho các pháp tạo thành bởi những hành vi bất tịnh và cảm xúc phiền não. Như đã giải thích trên, điều gì được tạo thành [do các nhân duyên] thì đều là "y tha khởi" trong ý nghĩa là nó phụ thuộc vào các nhân duyên. Trong trường hợp các pháp bất tịnh thì nguyên nhân tạo thành chúng là vô minh và phiền não. Các hành vi bất tịnh và vô minh tạo thành một pháp xấu ác, một nhận thức sai lệch về thực tại, và khi một pháp nào đó còn chịu ảnh hưởng của pháp xấu ác như thế thì nó sẽ mang bản chất khổ đau. Ở đây, khổ đau không chỉ là những đau đớn thể xác rõ rệt, mà cũng có thể được hiểu như là mang bản chất bất toại nguyện.

Bằng cách suy ngẫm hai pháp ấn về tính vô thường và bản chất khổ đau của các pháp bất tịnh, ta sẽ có khả năng phát triển một ý niệm xả ly chân thật, tức là quyết tâm giải thoát khỏi mọi khổ đau. Câu hỏi đặt ra ở đây là, liệu chúng ta có thể nào sẽ đạt đến một trạng thái giải thoát như thế hay không? Đây chính là nội dung của pháp ấn thứ ba, dạy rằng [bản chất rốt ráo của] tất cả các pháp đều là không và vô ngã.

Chúng ta trải nghiệm khổ đau là do những nhân duyên tạo thành từ vô minh và các hành vi bất tịnh. Sự vô minh này là một nhận thức sai lệch. Vô minh không dựa trên nền tảng hợp lý, và do vô minh nhận hiểu các pháp theo cách trái ngược với bản chất hiện

The second seal states that all contaminated phenomena are of the nature of suffering. Here, contaminated phenomena refer to the type of phenomena which are produced by contaminated actions and disturbing emotions. As explained above, something that is produced is 'other-powered' in the sense that it is dependent on causes. In this case causes refer to our ignorance and disturbing emotions. Contaminated actions and igno-rance constitute a negative phenomenon, a misconception of reality, and as long as something is under such a negative influence, it will be of the nature of suffering. Here, suffering does not only imply overt physical suffering, but can also be understood as of the nature of dissatisfaction.

By contemplating these two seals concerning the impermanent and suffering nature of contaminated phenomena, we will be able to develop a genuine sense of renunciation, the determination to be free from suffering. The question then arises, is it possible for us ever to obtain such a state of freedom? This is where the third seal, that all phenomena are empty and selfless, comes in.

Our experience of suffering comes about due to causes and conditions, which are contaminated actions and the ignorance which induced them. This ignorance is a mis-conception. It has no valid support

hữu thực sự của chúng, nên vô minh là lệch lạc, sai lầm và mâu thuẫn với thực tại. Giờ đây, nếu chúng ta có thể xóa bỏ đi nhận thức sai lầm như thế, thì sự chấm dứt mọi khổ đau sẽ là điều có thể đạt được. Nếu chúng ta thấu hiểu được bản chất của thực tại, ta cũng có thể đạt đến trạng thái giải thoát khổ đau, hay tịch diệt, ngay trong tâm thức mình; và theo nội dung của pháp ấn thứ tư thì một sự giải thoát hay tịch diệt như thế là thực sự an lạc.

Khi chúng ta xem xét những giảng giải khác nhau của các trường phái triết học đa dạng trong Phật giáo, bao gồm cả các trường phái Đại thừa, điều thiết yếu là phải phân biệt rõ những kinh điển nào [trình bày những ý nghĩa] rốt ráo quyết định (liễu nghĩa), và những kinh điển nào cần thiết phải có sự suy diễn sâu xa hơn (bất liễu nghĩa). Nếu chúng ta thực hiện sự phân biệt này chỉ thuần túy dựa vào kinh văn, chúng ta buộc phải thẩm xét bản kinh mà ta đang dùng [bằng cách] so sánh với một bản kinh khác, để xác định xem một điều gì đó [được nói trong kinh] là cần suy diễn thêm hay đã là ý nghĩa rốt ráo quyết định, và bởi vì điều này sẽ tiếp tục trong một quy trình tham cứu không có điểm dừng, nên đây không phải là một phương pháp đáng tin cậy lắm. Do đó, chúng ta buộc phải xác định một bản kinh là *liễu nghĩa* hay *bất liễu nghĩa* dựa trên nền tảng của sự hợp lý. Như vậy, khi nói đến các trường phái triết học Đại thừa thì sự lý luận còn quan trọng hơn so với kinh văn.

and, because it apprehends phenomena in a manner contrary to the way they really are, it is distorted, erroneous and contradicts reality. Now, if we can clear away this misconception, the cessation (of suffering) becomes possible. If we penetrate the nature of reality, it is also possible to achieve that cessation within our minds and as the fourth seal states, such a cessation or liberation is true peace.

When we take into account the different explanations of various philosophical schools within Buddhism, including the great vehicle schools, it is necessary to discriminate those sutras that are definitive and those requiring further interpretation. If we were to make these distinctions on the basis of scriptural texts alone, we would have to verify the scripture we used for determining whether something was interpretable or definitive against another sutra, and because this would continue in an infinite regression it would not be a very reliable method. Therefore, we have to determine whether a sutra is definitive or interpretable on the basis of logic. So, when we speak of the great vehicle philosophical schools, reason is more important than the scripture.

Làm sao chúng ta xác định được một điều gì đó [trong kinh văn] có cần suy diễn sâu xa hơn hay không? Có nhiều loại kinh văn thuộc nhóm cần suy diễn sâu xa hơn (bất liễu nghĩa), chẳng hạn như một số kinh văn nói rằng *"phải giết chết cha mẹ của mình"*. Nhưng vì những kinh văn như vậy [rõ ràng] không thể nhận hiểu theo nghĩa đen của từ ngữ, theo ý nghĩa hiển lộ, nên chúng đòi hỏi phải có sự suy diễn sâu xa hơn. Ở đây, [hình ảnh] cha mẹ [phải được hiểu là] chỉ cho các hành vi bất thiện và tham ái, vốn sẽ dẫn đến sự tái sinh trong tương lai.

Tương tự, trong những tantra như là Bí mật tập hội (Guhyasamaja), đức Phật dạy rằng phải giết chết Như Lai hay đức Phật, và nếu giết chết được đức Phật, quý vị sẽ đạt đến sự giác ngộ tối thượng.

Rõ ràng là những kinh điển này cần thiết phải có sự suy diễn sâu xa hơn. Tuy nhiên, trong một số kinh điển khác thì sự cần thiết suy diễn không được bộc lộ rõ ràng như thế. Như bản kinh giảng về 12 mắt xích của duyên khởi có dạy rằng, do nơi nguyên nhân mà các kết quả được sinh ra. Lấy ví dụ như, do vô minh trong tâm thức nên sinh ra các hành vi bất tịnh. Mặc dù nội dung của những kinh điển thuộc loại này là đúng thật ở một mức độ, nhưng chúng vẫn được xếp vào nhóm kinh điển *bất liễu nghĩa*, vì khi nói rằng "vô minh sinh ra các hành vi bất tịnh" thì điều đó không dựa trên quan điểm nhận thức rốt ráo. Chỉ trên bình diện quy ước thông thường thì một pháp nào đó mới có thể sản sinh ra một pháp khác.

How do we determine whether something is interpretable? There are different types of scriptures belonging to the interpretable category, for instance, certain sutras mention that one's parents are to be killed. Now, since these sutras cannot be taken literally, at face value, they require further interpretation. The reference here to parents is to the contaminated actions and attachment which brings about rebirth in the future.

Similarly, in tantras such as Guhyasamaja the Buddha says that the Tathagata or Buddha is to be killed and that if you kill the Buddha, you will achieve supreme enlightenment.

It is obvious that these scriptures require further interpretion. However, other sutras are less obviously interpretable. The sutra which explains the twelve links of dependent arising states that because of the cause the fruits ensue. An example is that because of ignorance within, contaminated actions come about. Although the content of this type of sutra is true on one level, it is categorized as interpretable, because when ignorance is said to induce contaminated action, it does not refer to the ultimate point of view. It is only on the conventional level that something can produce

Theo quan điểm nhận thức rốt ráo thì bản chất của pháp ấy là không. Như vậy, bởi vì còn có một mức độ [ý nghĩa] sâu xa hơn không được đề cập trong những kinh điển loại này, nên chúng được xem là bất liễu nghĩa.

Những kinh điển liễu nghĩa là những kinh, như Tâm kinh Bát-nhã, mà trong đó đức Phật thuyết giảng về bản chất rốt ráo của các pháp, rằng *"sắc chính là không, không chính là sắc, ngoài sắc chẳng có không"*. Vì những kinh điển như thế nói về bản chất rốt ráo của các pháp, về sự hiện hữu rốt ráo, về tánh Không, nên chúng được xem là mang ý nghĩa quyết định (liễu nghĩa). Tuy nhiên, chúng ta cũng cần lưu ý rằng, trong các trường phái tư tưởng Phật giáo khác nhau có những phương cách khác nhau để phân biệt giữa kinh điển *liễu nghĩa* và *bất liễu nghĩa*.

Nói một cách đại lược thì các bản văn của trường phái Trung quán cụ duyên (Madhyamika Prasangika) - đặc biệt là các luận giải của ngài Long Thụ và đệ tử là Nguyệt Xứng - là liễu nghĩa và giảng giải đầy đủ nhất về quan điểm tánh Không mà đức Phật đã dạy. Quan điểm tánh Không được giảng giải trong các bản văn này không có mâu thuẫn với sự lý luận, mà đúng hơn là dựa trên lý luận.

Trong số các kinh điển liễu nghĩa cũng bao gồm cả những kinh điển thuộc về lần chuyển pháp luân thứ ba, cụ thể như kinh Như Lai Tạng, vốn thực sự là cội nguồn căn bản đã sản sinh ra những luận

something else. From the ultimate point of view, its nature is emptiness. So, because there is a further, deeper level not referred to in these sutras, they are said to be interpretable.

Definitive sutras are those sutras, like the Heart of Wisdom, in which the Buddha spoke of the ultimate nature of phenomena, that form is emptiness and emptiness is form; apart from form, there is no emptiness. Because such sutras speak of the ultimate nature of phenomena, their ultimate mode of existence, emptiness, they are said to be definitive. However, we should also note that there are different ways of discriminating between definitive and interpretable sutras among different Buddhist schools of thought.

In short, the texts of the Middle Way Consequentialist (Madhyamika Prasangika) school, particularly those by Nagarjuna and his disciple Chandrakirti, are definitive and expound the view of emptiness the Buddha taught to its fullest extent. The view of emptiness expounded in these texts is not contradicted by logical reasoning, but rather is supported by it.

Amongst the definitive sutras are also included sutras belonging to the third turning of the wheel of doctrine, particularly the Tathagata Essence Sutra, which is actually the fundamental source of such

giải Trung đạo như Tương tục Tối thượng (Sublime Continuum) và hợp tuyển các bài tụng ca của ngài Long Thụ. Trong lần chuyển pháp luân thứ ba cũng bao gồm một số kinh điển khác, như kinh Giải Thâm Mật, mà theo một số các bậc thầy Tây Tạng cũng được xem là liễu nghĩa.

Các học giả này (chẳng hạn như các học giả phái Jonang) bảo vệ một quan điểm độc đáo về tánh Không mà về mặt thuật ngữ được gọi là *"tha không kiến"*, và họ nói đến các loại tánh Không khác nhau là phẩm tính của các pháp khác nhau. Họ cho rằng các pháp [theo quy ước] thế gian tự chúng là không, và các pháp rốt ráo là không hàm chứa các pháp thế gian.

Quý vị có thể hiểu cách giải thích về tánh Không này như sau. Khi nói các pháp [theo quy ước] thế gian tự chúng là không, có nghĩa là vì các pháp [theo quy ước] thế gian không phải là bản chất rốt ráo của chính tự thân chúng, nên tự chúng là không. Nhưng các học giả Tây Tạng này không diễn giải điều đó theo cách như thế, họ bảo vệ quan điểm rằng, vì các pháp [thế gian] tự chúng là không nên chúng không hề hiện hữu.

Như chúng ta được biết qua lịch sử, có nhiều bậc thầy thuộc nhóm các học giả này quả thật đã đạt được những chứng ngộ bậc cao qua đủ các giai đoạn phát khởi và giai đoạn thành tựu của tu tập Mật thừa, nên nhất định là họ đã có được một tri kiến thâm diệu về sự giải thích tánh Không theo phương

Middle Way treatises as the Sublime Continuum and the Collection of Praises written by Nagarjuna. Also included in the third turning were other sutras such as the Sutra Unravelling the Thought of the Buddha, which according to some Tibetan masters are also categorized as definitive.

These scholars (such as the Jonangpas) maintain a unique view of emptiness, which is technically called 'emptiness of other', and they speak of different kinds of emptiness qualifying different phenomena. They maintain that conventional phenomena are empty of themselves and ultimate phenomena are empty of conventional phenomena.

You could interpret this explanation of emptiness that conventional phenomena are empty of themselves, to mean that because conventional phenomena are not their own ultimate nature, they are empty of themselves. But these Tibetan scholars do not interpret it in such a way; they maintain that because phenomena are empty of themselves, they do not exist.

As we know from history that many masters belonging to this group of scholars actually achieved high realizations of the generation and completion stages of tantra, they must have had a profound understanding of their particular interpretation of

cách đặc biệt của họ. Nhưng nếu chúng ta nhận hiểu tánh Không theo nghĩa rằng, vì sự vật tự chúng là không theo một cách thức mà chúng không hề hiện hữu, thì điều đó hẳn cũng giống như nói rằng không có gì hiện hữu cả!

Vì các vị này bảo vệ quan điểm là các pháp thế gian (theo quy ước) không hiện hữu, tự chúng là không, nên họ cho rằng bản chất rốt ráo [của các pháp ấy] là một pháp thực sự hiện hữu, tự nó có khả năng hiện hữu, là sự hiện hữu dựa vào tự tính sẵn có. Và khi nói về tánh Không của chân lý rốt ráo này, họ liên hệ đến việc pháp ấy không hàm chứa sự hiện hữu như một pháp thế gian.

Dharmashri, đệ tử của ngài Yumo Mingyur Dorje, một trong những người đề xuất quan điểm này, có nói trong một bản văn mà tôi đã từng đọc, rằng quan điểm tánh Không của ngài Long Thụ là một quan điểm hư vô.

Như vậy, hệ tư tưởng [tha không kiến] này cho rằng, vì các pháp [thế gian] theo quy ước tự chúng là không, nên điều duy nhất hiện hữu là chân lý rốt ráo, và chân lý rốt ráo đó hiện hữu một cách chân thật, dựa vào tự tính.

Rõ ràng sự bám víu theo một quan điểm triết học như thế là mâu thuẫn trực tiếp với quan điểm tánh Không được giảng giải trong các kinh thuộc Kinh hệ Bát-nhã, trong đó đức Phật đã tuyên thuyết rõ ràng và dứt khoát rằng, trong tương quan với tánh Không thì không hề có sự phân biệt giữa các pháp [thế gian]

emptiness. But if we were to interpret emptiness as things being empty of themselves in such a manner that they do not exist at all, it would be like saying that nothing exists at all.

Because they maintain that conventional phenomena do not exist, being empty of themselves, they maintain that their ultimate nature is a truly existent phenomenon that exists in its own right, is inherently existent. And when they speak of the emptiness of this ultimate truth they refer to its being empty of being a conventional phenomenon.

Dharmashri, the son of Yumo Mingyur Dorje, one the proponents of this view, stated in a text I once read that Nagarjuna's view of emptiness was a nihilistic view.

So, these systems of thought maintain that since conventional phenomena are empty of themselves, the only thing that exists is ultimate truth and that ultimate truth exists truly and inherently.

It is obvious that adherence to such a philosophical point of view directly contradicts the view of emptiness explained in the Perfection of Wisdom sutras, in which the Buddha has stated explicitly and clearly that as far as empty nature is concerned, there is no discrimination

theo quy ước với các pháp rốt ráo. Ngài đã giảng giải tánh Không của các pháp rốt ráo bằng cách sử dụng nhiều từ đồng nghĩa để chỉ chân lý rốt ráo, chỉ ra rằng từ hình sắc cho đến sự toàn tri, tất cả các pháp đều là không như nhau.

Những người theo phái Trung quán Cụ duyên đã đề xuất các giáo lý cao nhất mang tính triết học của Phật giáo. Mặc dù các vị này nói rằng các pháp là trống không và có bản chất là không, nhưng điều này không có nghĩa là mọi hiện tượng không hề hiện hữu. Nói đúng hơn là, các pháp không tự chúng hiện hữu hay thuộc về chính mình, bằng vào khả năng tự thân hay dựa vào tự tính sẵn có. Sự thật là các pháp có những đặc điểm của sự hiện hữu, như khởi sinh tùy thuộc vào các yếu tố hay điều kiện nhân duyên khác. Do đó, các pháp là phụ thuộc, vì không hề có bản chất độc lập. Chính thực tế các pháp có sự phụ thuộc về bản chất nơi những yếu tố khác là một dấu hiệu cho thấy các pháp không có bản chất độc lập. Vì thế, khi những người theo phái Trung quán Cụ duyên nói về tánh Không, đó là họ nói về bản chất phụ thuộc của các pháp về mặt duyên khởi. Do đó, sự nhận hiểu về tánh Không [như thế] không hề mâu thuẫn với thực tại quy ước của các pháp.

Vì các pháp khởi sinh phụ thuộc vào các yếu tố, điều kiện, nhân duyên khác, nên những người theo phái Trung quán Cụ duyên sử dụng bản chất phụ thuộc của các pháp như là nền tảng cuối cùng cho việc xác lập tánh Không của các pháp. Không có bản

between conventional and ultimate phenomena. He has explained the emptiness of ultimate phenomena by using many different synonyms for ultimate truth, indicating that from form up to omniscience, all phenomena are equally empty.

Although Middle Way Consequentialists, proponents of the highest Buddhist philosophical tenets, speak of phenomena being empty and having an empty nature, this is not to say that phenomena do not exist at all. Rather that phenomena do not exist in or of themselves, in their own right, or inherently. The fact is that phenomena have the characteristics of existence, such as arising in dependence on other factors or causal conditions. Therefore, lacking any independent nature, phenomena are dependent. The very fact that they are by nature dependent on other factors is an indication of their lacking an independent nature. So, when Middle Way Consequentialists speak of emptiness, they speak of the dependent nature of phenomena in terms of dependent arising. Therefore, an understanding of emptiness does not contradict the conventional reality of phenomena.

Because phenomena arise in dependence on other factors, causal conditions and so forth, the Middle Way Consequentialists use their dependent nature as the final ground for establishing their empty nature. Lacking an independent nature, they lack inherent

chất độc lập, các pháp không hề hiện hữu dựa vào tự tính sẵn có. Tính hợp lý của giáo lý duyên khởi là hết sức mạnh mẽ, không chỉ vì nó phá tan nhận thức sai lầm rằng sự vật hiện hữu dựa vào tự tính sẵn có, mà còn vì nó cũng đồng thời bảo vệ hành giả không rơi vào sự cực đoan của thuyết hư vô.

Trong các tác phẩm riêng của ngài Long Thụ, chúng ta thấy rằng tánh Không phải được nhận hiểu trong tương quan với thuyết duyên khởi. Trong luận Đại Trí Độ, ngài Long Thụ nói: *"Vì không có pháp nào mà không sinh khởi một cách phụ thuộc, nên tất cả các pháp đều là không."*

Rõ ràng là quan điểm về tánh Không của ngài Long Thụ phải được nhận hiểu trong tương quan với thuyết duyên khởi, không chỉ ở những tác phẩm của chính ngài, mà cả trong tác phẩm của các nhà luận thích về sau, chẳng hạn như ngài Phật Hộ (Buddhapalita), một người [có văn phong] rất súc tích nhưng sáng sủa, rõ ràng, và ngài Nguyệt Xứng (Chandrakirti) trong các tác phẩm của ngài như *Minh cú luận* (Prasannapadā - giải thích Trung quán luận của ngài Long Thụ), *Nhập Trung luận thích* (bổ sung và tự chú về Trung quán luận của ngài Long Thụ), cũng như *Tứ bách luận thích* (chú giải tác phẩm Tứ bách luận của ngài Thánh Thiên). Nếu so sánh tất cả các tác phẩm này, quý vị sẽ thấy rất rõ là quan điểm về tánh Không như ngài Long Thụ giảng giải phải được nhận hiểu trong tương quan với thuyết duyên khởi. Và khi đọc những bản

existence. The reasoning of dependent arising is very powerful, not only because it dispels the misconception that things exist inherently, but because at the same time it protects a person from falling into the extreme of nihilism.

In Nagarjuna's own writings, we find that emptiness has to be understood in the context of dependent arising. In the Fundamental Text Called Wisdom, Nagarjuna says, 'Since there is no phenomenon which is not a dependent arising, there is no phenomenon which is not empty.

It is clear that Nagarjuna's view of emptiness has to be understood in the context of dependent arising, not only from his own writings, but also those of later commentators such as Buddhapalita, who is very concise but clear, and Chandrakirti in his Commentary on Nagarjuna's 'Treatise on the Middle Way', Clear Words, his Supplement to (Nagarjuna's) 'Treatise on the Middle Way' his auto-commentary to it and also his Commentary on Aryadeva's 'Four Hundred'. If you were to compare all these texts, it would become very clear that the view of emptiness as expounded by Nagarjuna has to be understood in terms of dependent

luận giải này, quý vị sẽ bắt đầu cảm thấy hết sức khâm ngưỡng ngài Long Thụ.

Trên đây là một sự giải thích ngắn gọn về hệ thống Kinh điển trên con đường tu tập Phật pháp.

Giới thiệu về các Tantra

Theo quan điểm lịch sử, có một cách giải thích về sự phát triển của các tantra cho rằng đức Phật đã thuyết dạy các tantra khác nhau vào những thời điểm nào đó... Tuy nhiên, theo tôi thì giáo pháp tantra cũng có thể hình thành như là kết quả khi các vị hành giả đạt đến sự chứng ngộ bậc cao và có được khả năng khám phá đến mức trọn vẹn nhất các yếu tố cũng như tiềm năng trong cơ thể. Kết quả của sự chứng ngộ như vậy là các vị có thể có được những nhận thức cao siêu và các thị kiến, nhờ đó có thể tiếp nhận các giáo pháp tantra. Do đó, khi nói về các giáo pháp tantra, chúng ta không nên có một quan điểm cứng nhắc về một thời điểm lịch sử cụ thể.

Trong một tantra trọng yếu là Thời luân (Kalachakra), chính đức Phật dạy rằng, khi ngài chuyển pháp luân lần thứ hai trên đỉnh Linh Thứu, ngài cũng [đồng thời] thuyết dạy một hệ thống giáo pháp tantra [khác với hệ thống kinh điển] tại một nơi gọi là Dhanyakataka. Có một sự khác biệt quan điểm giữa các học giả Tây Tạng về sự phát triển của

arising. And when you read these commentaries, you begin to feel great appreciation for Nagarjuna.

This is a brief explanation of the sutra system of the Buddhist path.

Introduction to the Tantras

There is an explanation of the evolution of the Tantras from a historical point view, according to which the Buddha taught the different Tantras at certain times and so forth. However, I think that the Tantric teaching could also have come about as a result of individuals having achieved high realizations and having been able to explore the physical elements and the potential within the body to its fullest extent. As a result of this, they might have had high realizations and visions and so may have received tantric teachings. Therefore, when we think about tantric teachings we should not have this rigid view of a particular historical time.

In the fundamental tantra of Kalachakra, the Buddha himself says that when he gave the second turning of the wheel of dharma at Vulture's Peak, he also gave a different system of tantric teachings at the place called Dhanyakataka. There is a difference of opinion among Tibetan scholars concerning the evolution

giáo pháp tantra, bao gồm cả tantra Thời Luân. Một nhóm [học giả] cho rằng đức Phật đã thuyết giảng các giáo pháp tantra vào ngày trăng tròn sau khi ngài giác ngộ viên mãn được một năm, trong khi nhóm học giả thứ hai cho rằng ngài đã thuyết dạy các giáo pháp tantra một tháng trước khi nhập Niết-bàn.

Quan điểm thứ hai dường như đáng tin cậy hơn, vì chính trong tantra Thời luân có nói rằng vào lúc đức Phật chuyển pháp luân lần thứ hai trên đỉnh Linh Thứu, ngài cũng thuyết giảng giáo pháp tantra ở Dhanyakataka. Dường như có một số ít tantra thuộc hệ thống tantra ở trình độ cơ bản đã được đức Phật thuyết giảng trong hình tướng thông thường của một vị tỳ-kheo đã thọ đại giới, nhưng nói chung thì khi ngài thuyết giảng hầu hết các tantra, ngài đều hiện thân như vị Hộ Phật chính của tantra đang được thuyết giảng.

Sự hành trì theo Mật thừa có thể được thực hiện khi một người đã đạt được nền tảng vững chắc trên đường tu tập theo như chỉ dạy trong hệ thống kinh điển. Nền tảng này bao gồm một sự nhận hiểu đúng về tánh Không, như đã được thuyết giảng trong lần chuyển pháp luân thứ hai, và một nhận thức về tâm nguyện vị tha, mong muốn đạt đến giác ngộ vì lợi ích cho tất cả chúng sanh, trên căn bản của lòng từ bi cùng với sự thực hành sáu pháp ba-la-mật. Cho nên, chỉ sau khi đã thiết lập được một nền tảng thích hợp trong những pháp môn tu tập thông thường thì

of the tantric teachings, including the Kalachakra Tantra. One system maintains that the Buddha gave the tantric teachings on the full moon day one year after his complete enlightenment; whereas a second system maintains that he gave the tantric teachings one month prior to his parinirvana.

The second view seems to be more consistent because the Kalachakra tantra itself says that just as the Buddha gave the second turning of the wheel of the dharma at Vulture's Peak, he gave tantric teachings at Dhanyakataka. It seems that among the lower sets of tantra there are a few which the Buddha taught in his normal form as a fully ordained monk or Bhikshu, but in general, when he taught most of the tantras, he assumed the form of the principal deity of the particular tantra.

The practice of tantra can be undertaken when a person has a gained a firm foundation in the path presented in the sutra system. This consists of a correct view of emptiness, as it was explained in the second turning of the wheel, and a realization of the altruistic aspiration to achieve enlightenment for the benefit of all living beings, based on love and compassion, together with the practices of the six perfections. So only after you have laid a proper foundation in the common

quý vị mới có thể hành trì Mật thừa như một pháp tu bổ sung.

Những gì thâm diệu nhất có thể được tìm thấy trong tantra Tối thượng Du-già. Chính nhờ tantra này, quý vị có thể đạt đến sự nhận hiểu về thuật ngữ "tánh Phật" hay "yếu tính thành Phật", hay nói theo cách khác là "tánh giác không nhiễm ô" được giảng giải trong [luận giải] Tương tục Tối thượng [của ngài Di-lặc]. Ý nghĩa sâu xa nhất của khái niệm này chỉ có thể được nhận hiểu trong tantra Tối thượng Du-già.

Cho dù chúng ta có lập luận rằng tự thân [luận giải] Tương tục Tối thượng đã bàn đến tánh Phật trong hình thức đầy đủ nhất [của khái niệm này], thì một điều hết sức rõ ràng là chỗ hoạt dụng rốt ráo của tánh Phật chính là tâm quang minh bản sơ như [chỉ được] giảng giải trong tantra Tối thượng Du-già.

Sự độc đáo và thâm diệu của Tối thượng Du-già là tantra này giảng giải và vạch ra những phương pháp không chỉ để chứng nghiệm những tiến triển tâm linh trên con đường tu tập ở mức độ thô của tâm thức, mà còn giảng giải những kỹ năng và phương pháp để vận dụng mức độ vi tế nhất của tâm thức, tức là tâm quang minh bản sơ. Khi quý vị có khả năng chuyển hóa tâm quang minh bản sơ vào toàn bộ con đường tu tập, quý vị sẽ có được trong tay một công năng cực kỳ mạnh mẽ.

paths can you undertake the practice of tantra as an additional factor.

The greatest profundities can be found in Highest Yoga Tantra. This is where you can come to understand the term, 'Buddha-nature' or 'essence of Buddhahood', in other words, the uncontaminated awareness explained in the Sublime Continuum. The deepest meaning of this can only be understood in the Highest Yoga Tantra.

Irrespective of whether we maintain that the Sublime Continuum itself deals with Buddha nature in its fullest form, it is very clear that the ultimate intent of Buddhahood is the fundamental innate mind of clear light as explained in the Highest Yoga Tantra.

What is so unique and profound about Highest Yoga tantra is that it explains and outlines methods for not only realizing spiritual progress on the path on the level of the gross mind, but also explains techniques and methods for utilizing the subtlest level of the mind, the fundamental innate mind of clear light. When you are able to transform the fundamental innate mind of clear light into the entity of the path, you are equipped with a very powerful instrument.

Thông thường, khi tu tập thiền định nhất tâm, chúng ta vận hành tâm thức ở cấp độ thô, và vì thế đòi hỏi một sự nỗ lực chú tâm và tỉnh giác cao độ để sự tập trung tâm ý không bị xao nhãng. Nếu có một kỹ năng hay phương pháp nào đó giúp ta có thể loại bỏ được sự xao nhãng đi kèm với những mức độ tâm thức thô trược này, thì hẳn là không cần phải có sự nỗ lực chú tâm đến mức như thế. Tantra Tối thượng Du-già giảng giải những phương pháp giúp quý vị có thể làm tan rã và mất đi tất cả những cấp độ tâm thức thô trược, nâng tâm thức lên đến một cấp độ mà sự xao nhãng không thể nào khởi sinh được nữa.

Ngoài ra, theo tantra Tối thượng Du-già thì phương pháp để đưa tâm quang minh bản sơ, cấp độ tâm thức vi tế nhất, đi vào toàn bộ con đường tu tập là phải làm tan rã hay mất đi tất cả những cấp độ thô trược của tâm thức cùng với những năng lượng thúc đẩy chúng. Có 3 phương pháp chính để làm điều này. Phương pháp thứ nhất là dùng phương tiện khí lực Du-già; phương pháp thứ hai là thông qua sự trải nghiệm 4 trạng thái hỷ lạc, và phương pháp thứ ba là thiền quán về vô niệm.

Ở đây chúng ta cần nhớ rằng, cho dù những phương pháp này khác biệt nhau, nhưng chúng ta có thể đạt đến những thành tựu lớn lao bằng vào bất kỳ phương pháp nào trong số đó. Chúng ta cũng nên biết rằng, những thành tựu này có thể đạt được không chỉ bằng một phương pháp, mà [cũng có thể] nhờ sự kết hợp của nhiều phương pháp khác nhau.

Usually, in practising single-pointed meditation, we are functioning on a gross mental level and so require a strong degree of mindfulness and alertness to prevent our concentration from being distracted. If there were a technique or method by which we could do away with the distractions associated with these gross levels of mind, there would be no need for such rigorous vigilance and mindfulness. Highest Yoga Tantra explains methods by which you can dissolve and withdraw all the gross levels of mind and bring your mind to a level at which there is no possibility of distractions arising.

In addition, the method for bringing that fundamental innate mind of clear light, the subtlest level of mind, into the entity of the path according to Highest Yoga Tantra, is to dissolve or withdraw the gross levels of mind and the energies that propel them. There are three major ways of doing this. One is by means of wind yoga, another is through experiencing the four types of bliss, and the third is through meditation on non-conceptuality.

Here, it should be remembered that although these are different methods, we can achieve these feats by means of any of these three techniques. We should be aware that these feats can be achieved not only by one method, but through a collection of many different methods. For example, if we generate a virtuous

Chẳng hạn, nếu như hôm nay chúng ta khởi sinh một tâm niệm lành, cho dù nó có thể là nhân để đạt đến nhất thiết trí trong tương lai, nhưng điều này không có nghĩa rằng chỉ riêng một tâm niệm lành ấy là nhân đưa đến nhất thiết trí.

Trong tác phẩm Văn-thù Thánh ngữ được biên soạn bởi một đạo sư Ấn Độ là Phật Trí (Buddhajnana) có nói rằng, do cấu trúc vật lý của cơ thể và những nguyên tố hiện có trong con người chúng ta hiện đang sống trên hành tinh này, nên ngay cả ở mức độ thông thường cũng có những lúc nào đó chúng ta trải nghiệm được cấp độ vi tế của tâm quang minh một cách tự nhiên. Những trải nghiệm như thế xảy ra trong lúc chúng ta ngủ, ngáp, choáng ngất và cực khoái tình dục.

Điều này chứng tỏ rằng trong tự thân chúng ta sẵn có một tiềm năng nhất định có thể được trải nghiệm sâu xa hơn. Trong 4 trạng thái kể trên, trạng thái lúc đang hoạt động tình dục là cơ hội tốt nhất để [hành giả] phát triển sâu xa hơn.

Ở đây tuy tôi dùng từ ngữ thông thường là cực khoái tình dục, nhưng không có hàm ý chỉ đến hành vi tình dục thông thường. Ý nghĩa muốn diễn đạt ở đây là kinh nghiệm đi vào sự hợp nhất với một người phối ngẫu thuộc giới tính khác, và nhờ phương tiện đó mà các nguyên tố trên đỉnh đầu được tan chảy, đồng thời thông qua năng lượng [tu tập] thiền quán mà tiến trình cũng được đảo ngược.

thought today, although this virtuous thought can serve as a cause for attaining omniscience in the future, this does not mean that this virtuous thought alone is the cause of omniscience.

A text called the Sacred Words of Manjushri, composed by the Indian master Buddhajnana, mentions that because of the physical structure of our bodies and the elements that we possess as human beings inhabiting this planet, even on an ordinary level, there are certain occasions when we experience the subtle level of clear light, naturally. These occur during sleep, yawning, fainting and sexual climax.

This shows that we have within ourselves a certain potential which we can explore further. And among these four states, the best opportunity for further development is during sexual intercourse.

Although I am using this ordinary term, sexual climax, it does not imply the ordinary sexual act. The reference here is to the experience of entering into union with a consort of the opposite sex, by means of which the elements at the crown are melted, and through the power of meditation the process is also reversed.

Điều tiên quyết phải có trước khi tiến hành sự tu tập như vậy là quý vị phải có đủ khả năng tự bảo vệ mình không rơi vào sai lầm tai hại của sự xuất tinh. Cụ thể, theo giảng giải trong tantra Thời luân thì việc xuất tinh như thế rất nguy hại cho sự tu tập của quý vị. Và vì ngay cả trong giấc mơ hành giả cũng không nên rơi vào kinh nghiệm xuất tinh, nên các tantra có trình bày những kỹ thuật khác nhau để vượt qua lỗi lầm này.

Điều này trái lại với những giảng giải trong Luật tạng, vốn [là hệ thống] thiết lập bộ khung giới luật cho giới tăng sĩ Phật giáo. Trong Luật tạng có đưa ra một ngoại lệ miễn trừ cho việc xuất tinh trong giấc mơ, vì điều đó vượt ngoài khả năng kiểm soát của người tu tập, nhưng theo tantra thì điều này vẫn bị xem như phạm lỗi. Kinh nghiệm tan hòa tâm thức được sinh ra từ dục vọng phiền não thông thường, nên hành giả nhất thiết phải có khả năng tạo ra nó.

Điểm cốt yếu ở đây là, nhờ vào năng lực của dục vọng mà quý vị mới có khả năng làm tan hòa các nguyên tố trong thân thể. Hệ quả của điều này là, khi trải nghiệm trạng thái vô niệm, quý vị phải có khả năng hướng sự chú tâm vào việc thiền quán về tánh Không. Vì thế, khi quý vị trải nghiệm trạng thái vô niệm như là kết quả của sự tan hòa các nguyên tố trong thân thể, nếu quý vị có được khả năng chuyển sự nhận hiểu như thế thành một sự nhận biết về tánh Không, thì đó là quý vị đã đạt được sự thành tựu chuyển hóa một cảm xúc phiền não, dục vọng, thành trí tuệ nhận biết tánh Không.

A prerequisite of such a practise is that you should be able to protect yourself from the fault of seminal emission. According to the explanation of the Kalachakra Tantra in particular, such emission is said to be very damaging to your practice. Therefore, because you should not experience emission even in dreams, the tantras describe differ-ent techniques for overcoming this fault.

This contrasts with the Vinaya explanation, which sets out the code of discipline for Buddhist monks, in which exception is made for emission in dreams, because it is beyond your control, whereas in tantra it is considered an offence. The experience of melting the mind of enlightenment is brought about by ordinary afflicted desire, so the practitioner must be able to generate it.

The point is that due to the force of desire, you are able to melt the elements within your body. Consequently, when you experience the non-conceptual state, you should be able to direct your attention to meditation on emptiness. So, when you experience a non-conceptual state as a result of the elements melting within your body, if you are able to generate that understanding into a realization of emptiness, you will have achieved the feat of transforming a disturbing emotion, desire, into the wisdom realiz-ing emptiness.

Khi quý vị có được khả năng vận dụng tâm thức hỷ lạc vô niệm này vào sự nhận biết tánh Không, thì kết quả đạt được sẽ là trí tuệ diệu lực có công năng như một phương thức đối trị và phá trừ mọi phiền não. Vì thế, đây là một điển hình trí tuệ khởi sinh từ phiền não và rồi đối trị, phá trừ phiền não, cũng giống như những con mọt được sinh ra từ gỗ và rồi ăn phá được gỗ.

Đây là một ý nghĩa rất đáng chú ý trong việc đức Phật hiện thân với hình tướng của một bổn tôn thiền - bổn tôn chính của mạn-đà-la – và đi vào hợp nhất với vị phối ngẫu khi ngài thuyết giảng pháp tu Mật thừa. Vì thế, trong tiến trình tu tập, các hành giả tự quán tưởng bản thân mình thành một bổn tôn như thế, trong sự hợp nhất với một vị phối ngẫu.

Một nét độc đáo và thâm diệu khác nữa của giáo pháp tantra là về tiến trình đạt đến lưỡng thân Phật: Sắc thân và Pháp thân. Theo hệ thống kinh điển, việc người tu tập nỗ lực đạt đến sắc thân và pháp thân của một vị Phật là kết quả của sự nuôi dưỡng tâm Bồ-đề, mong cầu giác ngộ vì lợi ích cho tất cả chúng sanh. Tuy nhiên, thân Phật không thể thành tựu nếu không có đủ các nhân duyên, và các nhân duyên này nhất thiết phải tương ưng với kết quả của chúng. Điều đó có nghĩa là, nhân và quả phải có những khía cạnh tương đồng.

Các kinh văn nói về các nhân thành tựu sắc thân Phật trong ý nghĩa là một thân tâm linh độc đáo được thành tựu bởi các vị Bồ Tát đã tiến tu siêu

When you are able to employ this non-conceptual blissful mind in realizing emptiness, the result is a powerful wisdom that serves as an antidote to counteract and eliminate disturbing emotions. Therefore, it is a case of wisdom derived from disturbing emotions counteracting and eliminating them, just as insects born from wood consume it.

This is the significance of the Buddha's assuming the form of a meditational deity, the principal deity of the mandala, and entering into union with the consort when he taught the tantric path. Therefore, in the course of their practice, practitioners generate themselves on an imaginary level into such deities in union with a consort.

Another unique and profound feature of tantra concerns the process for attaining the twofold body of the Buddha, the form body and the truth body. According to the sutra system, the practitioner works to attain the form and the truth bodies of a Buddha as a result of cultivating the altruistic aspiration for enlightenment. However, the body of the Buddha does not come about without causes and conditions and these causes and conditions must be commensurate their effects. That is to say, cause and effect should have similar aspects.

The sutra systems speak of the causes of the Buddha's form body in terms of a unique mental body attained by highly evolved Bodhisattvas, which,

việt - vốn là nhân tố chính để thành tựu thân Phật - và cuối cùng trở thành sắc thân Phật. Điều này cũng được nói đến trong các bản văn của Tiểu thừa. Mặc dù trong các bản văn ấy không trình bày một phương pháp hoàn chỉnh để thành tựu nhất thiết trí, nhưng quả thật có nói đến một số pháp tu nhất định hướng đến việc thành tựu các tướng hảo và tùy hình của đức Phật.

Tantra Tối thượng Du-già thì khác hẳn, có vạch ra những nhân tố và phương pháp độc đáo để thành tựu cả pháp thân và sắc thân của một vị Phật.

Để tiến hành tu tập một pháp môn làm tác nhân chính hoặc phụ trong việc thành tựu sắc thân Phật, người tu tập theo Mật thừa trước hết phải rèn luyện thành tựu các năng lực tinh thần. Nói cách khác, người ấy phải thao dượt trước tác nhân này. Điều quan trọng trong pháp du-già bổn tôn - vốn vận dụng sự quán tưởng trong thiền tập - là hành giả phải tự biến mình thành biểu hiện đặc thù của một bổn tôn.

Có những bản văn, chẳng hạn như tantra diễn giải Kim Cương Điện (Vajrapanjara), và các bản chú giải Ấn Độ liên quan, nói rõ rằng việc thành tựu pháp thân Phật đòi hỏi phải có sự thiền tập và hành trì theo một pháp môn có những đặc trưng tương ưng với pháp thân [mà hành giả sẽ] thành tựu. Điều này chỉ đến việc thiền tập về tánh Không thông qua sự trực nhận mà trong đó toàn bộ các trình hiện [phân biệt] nhị nguyên và sản phẩm [ảo tưởng] của

serving as the substantial cause of the Buddha's body, eventually becomes the form body of the Buddha. This is also mentioned in the writings of the low vehicle. Although they do not describe a complete method for actualizing the omniscient state, they do speak of certain types of practices which are geared towards achieving the major and minor marks of the Buddha.

Highest Yoga Tantra, on the other hand, outlines the unique causes and methods for actualizing both the truth body and the form body of a Buddha.

In order to undertake the practice of a method which serves as the principal or substantial cause for attaining the form body of the Buddha, the practitioner of tantra should first ripen his mental faculties. In other words, he should rehearse this unique cause. The importance of deity yoga, which employs imagination in meditation, is that the practitioner generates himself or herself into the aspect of a deity.

Texts such as the explanatory tantra called the Vajrapanjara Tantra and related Indian commentaries point out that attainment of the Buddha's truth body requires meditation and practice of a path that has features similar to the resultant truth body. This refers to meditation on emptiness through direct perception in which all dualistic appearances and conceptual

khái niệm đều đã bị phá trừ. Tương tự, để thành tựu sắc thân Phật, hành giả cũng phải tu tập theo một pháp môn có những đặc trưng tương ưng với sắc thân [mà hành giả sẽ] thành tựu. Việc dấn thân tu tập theo một pháp môn có những đặc trưng tương ưng với hình thái của Phật quả sẽ thành tựu, cụ thể là sắc thân Phật, là nguồn năng lực và sự quan trọng không thể thiếu. Các tantra loại này trình bày một pháp môn có những đặc trưng – được gọi theo thuật ngữ Phật học là Bốn sự thanh tịnh viên mãn – tương ưng với hình thái [của Phật quả] sẽ thành tựu theo 4 phương cách: (1) giác ngộ thanh tịnh viên mãn, (2) sắc thân thanh tịnh viên mãn, (3) ngoại duyên thanh tịnh viên mãn, và (4) công hạnh thanh tịnh viên mãn.

Tất cả các tông phái Đại thừa đều thừa nhận rằng việc thành tựu Phật quả, vốn là sự hợp nhất lưỡng thân Phật, đòi hỏi một điều thiết yếu là phải dấn thân tu tập theo một pháp môn có sự hợp nhất cả phương tiện và trí tuệ. Tuy nhiên, sự hợp nhất trí tuệ và phương tiện theo như trong kinh điển chưa phải là một sự hợp nhất hoàn toàn. Mặc dù kinh văn nói đến trí tuệ trong ý nghĩa là trí tuệ nhận biết tánh Không, và phương tiện có nghĩa là sự thực hành 6 pháp ba-la-mật như bố thí, trì giới v.v... nhưng sự hợp nhất phương tiện và trí tuệ ở đây chỉ hàm nghĩa là sự tu tập trí tuệ nhận biết tánh Không được bổ sung bởi một yếu tố phương tiện chẳng hạn như là tâm Bồ-đề; và sự tu tập tâm Bồ-đề cùng những phương tiện khác lại được bổ sung và hỗ trợ

elaborations have been withdrawn. Similarly, in order to attain the form body of the Buddha one should also cultivate a path that has similar features to the resultant form body. Engaging in a path that has similar features to the resultant state of Buddhahood, particularly the form body, is of indispensable significance and power. The tantras present a path that has features, technically called the four complete purities, similar to the resultant state in four ways: the complete purity of enlightenment, the complete purity of the body, the complete purity of the resources, and the complete purity of activities.

All great vehicle systems assert that in order to achieve the resultant state, which is the union of the two bodies, it is essential to engage in a path in which there is a union of method and wisdom. However, the union of wisdom and method according to the sutra system is not a complete union. Although it refers to wisdom in terms of the wisdom realizing emptiness and method in the terms of the practice of the six perfection such as giving, ethics and so forth, the union of method and wisdom here refers only to the practice of wisdom realizing emptiness being complemented by a factor of method such as the mind of enlightenment, and the practice of the mind of enlightenment and aspects of method being complemented and supported by a

bởi một yếu tố trí tuệ, chẳng hạn như sự nhận biết tánh Không. Nói cách khác, theo kinh văn thì cả hai yếu tố của pháp môn tu tập - trí tuệ và phương tiện - không thể cùng hiện hữu trong một niệm tưởng [duy nhất] của tâm thức.

Một dạng thức tu tập như thế chỉ là sự hợp nhất tương đối giữa phương tiện và trí tuệ. Dù sự tu tập trí tuệ không tách rời khỏi các yếu tố phương tiện, cũng như sự thực hành phương tiện không tách rời khỏi các yếu tố trí tuệ, nhưng đó vẫn chưa phải là một dạng thức hợp nhất hoàn toàn giữa phương tiện và trí tuệ. Chỉ riêng Mật thừa mới có thể được dùng như một tác nhân hay pháp môn rốt ráo để thành tựu trạng thái Phật quả với sự hợp nhất hoàn toàn giữa sắc thân và pháp thân.

Vấn đề ở đây là, hình thức tu tập hay pháp môn nào là khả dụng khi phương tiện và trí tuệ được hợp nhất không chia tách. Trong sự tu tập theo Mật thừa thì đó là pháp tu du-già bổn tôn mà trong đó sắc tướng thiêng liêng của một vị bổn tôn được hình dung quán tưởng trong từng niệm tưởng, đồng thời với sự tỉnh giác [nhận biết] về bản chất rỗng không hay tánh Không của sắc tướng ấy. Trong một niệm tưởng [duy nhất] của tâm thức có sự quán niệm cả về bổn tôn cùng với sự nhận hiểu về tánh Không. Cho nên, một niệm tưởng [duy nhất] như thế của tâm thức là một nhân tố thuộc về cả phương tiện lẫn trí tuệ.

factor of wisdom such as the realization of emptiness. In other words, they maintain that it is not possible for both factors of the path, the wisdom factor and the method factor, to be present within one entity of consciousness.

Such a form of practice is a relative union of method and wisdom. The practise of wisdom is not isolated from factors of method, nor is the practise of method isolated from factors of wisdom, yet it is not a complete form of union of method and wisdom. Tantra alone can serve as the ultimate cause or path for realizing the resultant state of Buddhahood, in which there is a complete unity between the form body and the truth body.

The question is what form of practice or path is possible where method and wisdom are inseparably united. In the practise of tantra, it is deity yoga in which the divine form of a deity is visualized in a single moment of consciousness, while at the same time there is mindfulness of its empty nature, its emptiness. There, within one entity of consciousness, is meditation on both the deity as well as apprehension of emptiness. Therefore, such a moment of consciousness is a factor of both method and wisdom.

Thêm nữa, khi chúng ta nỗ lực nuôi dưỡng niềm tự hào thiêng liêng, hay cảm giác đồng nhất với một thánh thể thiêng liêng trong lúc hành trì pháp du-già bổn tôn, đó là chúng ta đang nỗ lực vượt qua cảm giác và nhận thức của sự phàm tục. Theo tôi thì điều này giúp chúng ta làm cho tánh Phật sẵn có trong chính mình được hiển lộ rõ hơn.

Để đạt được niềm tự hào kiên định của việc hóa thân thành bổn tôn, cần phải có sự quán tưởng vững chãi về sắc tướng và hình trạng của vị bổn tôn đó. Thông thường, do khuynh hướng tự nhiên và hệ quả của ý niệm chấp ngã nên chúng ta luôn sẵn có cảm nhận về một "cái tôi" và tự đặt nền tảng trên thân thể và tâm thức của mình. Nếu chúng ta nuôi dưỡng theo cách tương tự một nhận thức mạnh mẽ về hình trạng của chính ta như một vị bổn tôn, ta cũng sẽ có khả năng nuôi dưỡng niềm tự hào thiêng liêng - cảm giác đồng nhất với một vị bổn tôn – bằng cách chú tâm vào sắc thân thiêng liêng [của vị bổn tôn đó].

Để thành tựu tâm thức nhất thiết trí trong chính bản thân mình, chúng ta phải phát triển nhân tố chính cho một tâm thức như thế, vốn không chỉ là một dạng thức bất kỳ nào của thức, mà là một thức tương tục kéo dài. Điều đó có nghĩa là, tâm thức với tánh Không mà ta nhận biết để thành tựu nhất thiết trí đó, phải là một loại tâm thức đặc biệt, thường hằng trong ý nghĩa là nó có sự tương tục. Các trạng thái nhiễm ô của tâm, chẳng hạn như phiền não... là do ngoại duyên mà sinh khởi. Do đó, chúng biến hiện

Also, when we try to cultivate divine pride or the sense of identity as a divine being in the practice of deity yoga, we try to overcome the feeling and perception of ordinariness. I think this helps us to make the potential of Buddhahood within ourselves more manifest.

To attain a firm pride of being a deity requires a stable visualization of the form and appearance of the deity. Normally, because of our natural tendency and consequent notion of self we have an innate feeling of 'I' and self based upon our body and mind. If we similarly cultivate a strong perception of our own appearance as a deity, we will also be able to cultivate divine pride, the sense of identity as a deity, by focusing on the divine body.

In order to actualize the omniscient mind within ourselves, we need to develop the substantial cause for such a mind, which is not just any form of consciousness, but a consciousness with an enduring continuity. That is to say, the mind whose emptiness we realize in order to actualize omniscience should be a special type of mind which, in terms of its continuity, is permanent. Contaminated states of mind, such as disturbing emotions and so forth, are adventitious.

bất thường. Chúng khởi sinh vào một thời điểm nhất định và rồi tan biến đi. Do vậy, mặc dù độc hại nhưng chúng không thường hằng, trong khi tâm thức mà chúng ta nhận biết được bản chất khi đạt đến nhất thiết trí phải là thường hằng trong ý nghĩa nó có sự tương tục và không sinh khởi từ ngoại duyên.

Điều này có nghĩa là chúng ta cần có khả năng nhận biết được bản chất rỗng không của tâm thức thanh tịnh, một tâm thức vốn chưa từng bị nhiễm ô bởi ảnh hưởng của mọi phiền não.

Bây giờ, nhìn từ tự thân quan điểm tánh Không thì hầu như không có sự khác biệt nào giữa tánh Không của một ngoại duyên, chẳng hạn như một chồi cây, với tánh Không của một bổn tôn, chẳng hạn khi hành giả tự mình hóa thân thành một bổn tôn như Phật Đại Nhật (Vairocana), nhưng nhìn từ góc độ của những chủ thể được phẩm định bởi tánh Không thì có một sự khác biệt.

Điều quan trọng của pháp bổn tôn du-già là, đó là một kiểu trí tuệ đặc biệt nhận biết được tánh Không của vị bổn tôn mà cuối cùng sẽ trở thành nhân tố chính để thành tựu Phật quả nhất thiết trí. Vì thế, pháp bổn tôn du-già là sự hợp nhất giữa sự trong sáng, vốn là hình ảnh quán tưởng về bổn tôn, với sự thâm diệu, vốn là sự nhận biết được tánh Không [của bổn tôn đó].

Và, theo như kinh văn thì đức Phật chưa bao giờ chấp nhận việc một người khởi sinh phiền não vì lợi ích cho chính họ, hay nhìn từ góc độ là để đạt

Therefore, they are occasional. They arise at a certain moment, but they disappear. So, although they are disadvantageous, they do not endure, whereas the mind whose nature we realize when we become omniscient should be permanent in terms of its continuity not adventitious.

This means, that we should be able to realize the empty nature of the purified mind, the mind that has never been polluted by the influence of disturbing emotions.

Now, from the point of view of emptiness itself, although there is no difference between the emptiness of external phenomena, such as a sprout, and the emptiness of a deity, such as oneself generated into a deity like Vairochana, from the point of view of the subjects qualified by emptiness there is a difference.

The importance of deity yoga is that it is the special type of wisdom that realizes the emptiness of this deity that eventually serves as the substantial cause for the omniscient mind of Buddhahood. Deity yoga, therefore, is a union of clarity, which is the visualization of the deity, and the profound, which is the realization of emptiness.

Now, according to the sutra system the Buddha never approved the generation of disturbing emotions

đến sự chứng ngộ của chính mình trên đường tu tập. Nhưng trong kinh điển thỉnh thoảng cũng có đề cập đến những trường hợp mà điều này được chấp nhận, khi một vị Bồ Tát nhận thấy việc vận dụng những phiền não nào đó là hữu ích và lợi lạc cho mục đích của những người khác.

Đức Phật dạy rằng, mặc dù phẩn dơ làm ô uế phố phường, nhưng lại hữu ích khi được dùng làm phân bón nơi đồng ruộng. Cách vận dụng phiền não đặc biệt của hàng Bồ Tát có thể làm lợi lạc cho người khác tương tự như vậy.

Trong khi theo kinh văn thì đức Phật không bao giờ chấp nhận việc một vị Bồ Tát khởi sinh sân hận, nhưng ta lại thường nhận thấy đối với phàm nhân chúng ta thì sân hận là những năng lượng cảm xúc rất mạnh, thực sự có thể giúp ta giải quyết sự việc.

Trong các tantra, chúng ta thấy đức Phật có đưa ra một ngoại lệ cho việc khởi sinh sân hận, vì trong đó có dạy những kỹ năng và phương pháp để vận dụng sân hận vào những mục đích tích cực. Tuy nhiên, chúng ta phải luôn cảnh giác rằng, ngay cả khi vận dụng sân hận vào những mục đích tích cực, thì động cơ chính [của việc đó] cũng phải là ý nguyện vị tha, mong muốn đạt đến giác ngộ vì sự lợi lạc cho người khác. Khi được khởi sinh từ một động cơ như thế, những sân hận do hoàn cảnh được chấp nhận. Tầm quan trọng của phương diện phẫn nộ ở một số bổn tôn có thể được hiểu trong bối cảnh này.

94

for one's own welfare, or from the point of view of one's own realization of the path. But there are occasions mentioned in the sutras, where a Bodhisattva, who finds that the application of certain disturbing emotions is useful and beneficial for the purpose of others, is given such approval.

The Buddha said that although excrement is dirty in the town, it is helpful when used as fertilizer in a field. The Bodhisattva's special use of delusions can similarly be of benefit to others.

While, according to the sutras system, the Buddha never approved a Bodhisattva's generating anger or hatred, we often find that for us ordinary people, hatred or anger, being very strong emotional forces; actually help us to get things done.

In the tantras we find that the Buddha has made an exception for the generation of hatred, because we find here techniques and methods for using hatred and anger for positive purposes. However, we must be aware that even when utilizing hatred and anger for positive purposes, the fundamental motive should be the altruistic thought of achieving enlightenment for the benefit of others. When it is induced by such a motive, circumstantial anger or hatred is condoned. The significance of the wrathful aspect of some deities can be understood in this context.

Như vậy, trên đây chỉ là một số khác biệt giữa hệ thống kinh điển và hệ thống tantra, hoặc cũng có thể nói là những đặc điểm vượt trội của con đường tu tập theo Mật thừa.

Bốn lớp Tantra

Trong tantra diễn giải Kim Cương Điện (Vajrapanjara) có nêu rõ, hệ thống các tantra được phân chia thành bốn lớp. Như chúng ta vừa đề cập ở trên, những đặc điểm thâm diệu và độc đáo của Mật thừa chỉ được trình bày trọn vẹn trong Tantra Tối thượng Du-già. Vì thế, chúng ta nên xem các lớp tantra thấp hơn như là những bậc thang dẫn lên Tantra Tối thượng Du-già. Mặc dù sự giảng giải về các phương pháp để đưa dục vọng vào con đường tu tập là một điểm chung của cả bốn lớp tantra, nhưng mức độ của dục tính có khác nhau [ở mỗi lớp]. Trong lớp tantra đầu tiên là Tác Tantra, phương pháp để đưa dục vọng vào con đường tu tập là liếc nhìn vào người phối ngẫu. Trong các lớp tantra tiếp theo, những phương pháp được áp dụng là cười, nắm tay hay ôm nhau và hợp nhất.

Bốn lớp tantra được gọi tên theo chức năng và phương thức tịnh hóa khác nhau của mỗi lớp. Trong lớp tantra thấp nhất, thủ ấn hay hình dạng biểu hiện của bàn tay được xem là quan trọng hơn nội du-già, vì thế lớp này được gọi là Tác Tantra (Action Tantra).

So, these are just some of the differences between the sutra system and the tantric system or, as we might say, the superior features of the tantric path.

The Four Classes of Tantra

The tantric system is divided into four classes, as stated in the explanatory tantra Vajrapanjara. As we discussed above, it is only in the Highest Yoga Tantra that the most profound and unique features of tantra come to their fulfilment, therefore, we should view the lower tantras as steps leading up to Highest Yoga Tantra. Although the explanation of ways of taking desire into the path is a common feature of all four tantras, the levels of desire differ. In the first class of tantras, Action Tantra, the method for taking desire into the path is to glance at the consort. In the subsequent classes of tantra, the methods include laughter, holding hands or embracing and union.

The four classes of tantras are termed according to their functions and different modes of purification. In the lowest class of tantra mudras or hand gestures are regarded as more important than the inner yoga, so it is called Action Tantra.

Lớp tantra thứ hai có sự chú trọng như nhau đối với cả 2 khía cạnh [thủ ấn và nội du-già], được gọi là Hành Tantra (Performance Tantra). Lớp thứ ba là Du-già Tantra (Yoga Tantra) chú trọng vào nội du-già nhiều hơn so với các hành động bên ngoài. Lớp thứ tư được gọi là Tối thượng Du-già Tantra (Highest Yoga Tantra) không chỉ vì nhấn mạnh vào tầm quan trọng của nội du-già, mà còn vì không có lớp tantra nào khác vượt trội hơn nó.

Theo giảng giải của phái Nyingma Đại Toàn Thiện thì [trong đạo Phật] có 9 thừa. Ba thừa đầu tiên là Thanh văn thừa, Độc giác thừa và Bồ Tát thừa, kết hợp thành hệ thống [Kinh thừa, tu tập theo] kinh điển. Ba thừa tiếp theo bao gồm Tác Mật thừa, Hành Mật thừa và Du-già Mật thừa, được gọi là các thừa *ngoại mật*, vì các thừa này chú trọng nhiều vào sự tu tập các hành vi bên ngoài, cho dù cũng có đề cập đến giới hạnh ngoại vi và nội thể của hành giả. Ba thừa cuối cùng được gọi là các thừa *nội mật*, được gọi tên bằng các thuật ngữ của phái Đại Toàn Thiện là: Đại Du-già (Mahayoga), Vô tỷ Du-già (Annuyoga) và Tối thượng Du-già (Atiyoga). Ba thừa nội mật này được xem là các phương pháp, hay phương tiện để đạt đến sự kiểm soát, vì trong đó chỉ bày các phương pháp làm hiển lộ những cấp độ vi tế nhất của tâm thức và năng lượng. Với những phương tiện này, hành giả có thể đưa tâm thức mình vào một trạng thái sâu lắng vượt ngoài những phân biệt đối đãi chẳng hạn như tốt hoặc xấu, trong sạch

The second class, in which there is equal emphasis on both aspects, is called Performance Tantra. The third, Yoga Tantra, is where inner yoga is emphasized more than external activities. The fourth class is called Highest Yoga Tantra because it not only emphasizes the importance of inner yoga, but there is no tantra superior to it.

The explanation of the Nyingma Great Perfection School speaks of nine vehicles. The first three refer to the Hearer (Shravaka), Solitary Realizer (Pratyekabuddha) and Bodhisattva vehicles which constitute the sutra system. The second three are called the external vehicles, comprising Action Tantra, Performance Tantra and Yoga Tantra, since they emphasize the practice of external activities, although they also deal with the practitioner's outer and inner conduct. Finally, there are the three inner tantras, which are referred to in the Great Perfection terminology as Mahayoga, Annuyoga and Atiyoga. These three inner vehicles are termed the methods or vehicles for gaining control, because they contain methods for making manifest the subtlest levels of mind and energy. By these means a practitioner can place his or her mind in a deep state beyond the discriminations of good or bad, clear

hoặc nhiễm ô... và điều này giúp cho hành giả có khả năng vượt ra khỏi những ước lệ thế tục như vậy.

Lễ quán đảnh

Trong ba thừa *ngoại mật*, nghi thức lễ quán đảnh hay khai thị hầu như khá giống nhau. Tuy nhiên, trong Tối thượng Du-già Mật thừa, do sự đa dạng của các tantra thuộc lớp này nên cũng có những khai thị khác nhau được sử dụng như những yếu tố để làm chín mùi cho một tantra cụ thể mà theo đó nghi lễ được tiến hành.

Các loại quán đảnh khác nhau cần thiết cho những lớp tantra cụ thể. Chẳng hạn, trong Tác Mật thừa có hai lễ khai thị không thể thiếu là *quán đảnh nước* và *quán đảnh đỉnh đầu*. Trong Hành Mật thừa không thể thiếu 5 *quán đảnh trí tuệ* và trong Tối thượng Du-già Mật thừa thì tất cả 4 loại quán đảnh đều được xem là thiết yếu, bao gồm *quán đảnh bình, quán đảnh bí mật, quán đảnh tri kiến trí tuệ* và *ngữ khai thị.*

Dù vậy, các truyền thống khác nhau cũng sử dụng các thuật ngữ khác nhau. Chẳng hạn, theo phái Cựu truyền hay Nyingma thì lễ khai thị Kim cang Đạo sư được gọi là "Khai thị Ảo hóa" và khai thị đệ tử được gọi là "quán đảnh lợi lạc" v.v... Ngoài ra còn có một lễ khai thị "Kim cang Toàn thiện". Trong dòng Đại Toàn Thiện, riêng lễ khai thị thứ tư lại

or dirty, which enables him or her to transcend such worldly conventions.

Empowerments

The form of the empowerment or initiation ceremony is quite uniform among the three lower tantras. In Highest Yoga Tantra, however, because of the wide diversity amongst the tantras belonging to this category, there are also different initiations, which serve as ripening factors for the particular tantra to which they belong.

Different types of empowerment are necessary for specific classes of tantras. For example, in the case of Action Tantra, two types of initiations are indispensable: the water empowerment and the crown empowerment. In Performance Tantra, the five wisdom empowerments are indispensable and in Highest Yoga Tantra, all four empowerments, vase, secret, wisdom-knowledge and word initiations are essential.

Nevertheless, many different terms are used in different traditions. In the tradition of the old transmission or Nyingma School, for example, the Vajramaster initiation is called the 'initiation of illusion' and the disciple initiation is called the 'beneficial

được chia nhỏ hơn thành 4 lễ, như lễ khai thị phức giải v.v...

Thuật ngữ "khai thị", trong Phạn ngữ là *abhishem*, có nhiều ý nghĩa khác nhau tùy theo ngữ cảnh. Trong nghĩa rộng, nó có thể được hiểu như một nhân tố làm chín mùi hay một nhân tố giúp khai mở *(quán đảnh nguyên nhân)*, trong ý nghĩa con đường tu tập thì đó là khai mở pháp tu chân thật giải thoát *(quán đảnh đạo lộ)*, và cuối cùng là khai mở trạng thái [Phật] quả, là một kết quả được thanh tịnh hóa *(quán đảnh thành tựu)*. Trong dòng Đại Toàn Thiện cũng nói đến một kiểu khai thị khác nữa, khai thị nền tảng căn bản *(quán đảnh căn bản)*. Khai thị này chỉ đến [tâm] quang minh, vốn có công năng như một nền tảng và giúp cho các pháp khai thị khác có thể được tiến hành. Nếu một người thiếu đi công năng nền tảng của tâm quang minh bản sơ, hẳn là những quán đảnh tiếp theo sau đó sẽ không thể thực hiện.

Trong trường hợp của một pháp ngoại duyên như cái bình, chồi cây... chúng ta không thể nói đến nhân tố làm chín mùi *(quán đảnh nguyên nhân)*, đến con đường tu tập *(quán đảnh đạo lộ)* hay trạng thái [Phật] quả được thành tựu *(quán đảnh thành tựu)* v.v... Chỉ trên nền tảng một cá nhân vốn sẵn có công năng của tâm quang minh bản sơ, trong phạm vi đó ta mới có thể nói đến một nhân tố làm chín mùi (nguyên nhân) hay một con đường tu tập (đạo lộ) đưa đến trạng thái [Phật] quả cuối cùng (thành tựu).

empowerment' and so forth. There is also an 'all-encompassing Vajra initiation'. In the Great Perfection the fourth initiation itself is further divided into four, the initiation with elaboration and so on.

The term 'initiation', Abhishem in Sanskrit, has many different connotations in different contexts. In a broad sense, initiation may be explained as a ripening factor, or as a causal initiation, and then in terms of the path, which is the actual path of release, and finally, initiation of the resultant state, which is the purified result. The Great Perfection also mentions one more type of initiation, the initiation of the basis. This refers to the clear light which serves as a basis and enables other initiations to take place. If a person were to lack the basic faculty of the fundamental innate mind of clear light, it would be impossible for the subsequent empowerments to occur.

In the case of an external phenomenon like a vase or a sprout, we cannot talk of a ripening factor, path, and resultant state and so on. It is only on the basis of an individual who possesses this kind of faculty within that one can speak of a ripening factor and a path that

Như vậy, nói chung [khi kể cả *quán đảnh căn bản*] là có 4 loại quán đảnh.

Chuẩn bị cho lễ quán đảnh

Để tiến hành nghi lễ quán đảnh, ta cần có một *mạn-đà-la*, là cung điện không thể suy lường hay trú xứ thiêng liêng của vị bổn tôn. Có nhiều loại mạn-đà-la: như mạn-đà-la được tạo ra bởi định lực, mạn-đà-la do tô vẽ, mạn-đà-la làm bằng cát, và trong Tối thượng Du-già Mật thừa còn có thân mạn-đà-la, được dựa trên thân thể của vị Guru, và mạn-đà-la của tâm Bồ-đề tương đối.

Trong tất cả các loại trên, mạn-đà-la cát là chủ yếu, vì đây là loại duy nhất mà trong tiến trình chuẩn bị có thể thực hiện tất cả các nghi thức liên quan đến cúng dường đạo tràng, dây lễ v.v... Ngoài ra cũng kết hợp cả việc thực hiện các điệu múa lễ, bao gồm nhiều dạng thế khác nhau của bàn tay và bước chân.

Có nhiều kiểu múa lễ khác nhau. Có kiểu múa lễ được tiến hành khi cúng dường đạo tràng nơi xây dựng mạn-đà-la. Một kiểu múa lễ khác được thực hiện sau khi hoàn tất [xây dựng] mạn-đà-la, như một sự cúng dường lên các vị bổn tôn của mạn-đà-la đó. Ngoài ra còn có một kiểu múa lễ gọi là múa *Cham*, được kết hợp với các hoạt động để tiêu trừ chướng nạn.

leads to an eventual resultant state. Thus, broadly speaking there are four initiations.

Preparations for Empowerment

To conduct a ceremony of empowerment one requires a mandala, which is the inestimable mansion or divine residence of the deity. There are different types of mandalas: mandalas created by concentration, painted mandalas, sand mandalas and also in Highest Yoga Tantra, body mandalas based on the body of the Guru, and mandalas of the conventional mind of enlightenment.

Amongst all of these the sand mandala is principal, because it is the only one in preparation of which all the rituals concerning consecration of the site, the strings etc., can be conducted. It also incorporates the performance of ritual dance, which includes various hand gestures and steps.

There are different types of ritual dance. One is conducted when consecrating the site where the mandala is to be built. Another is performed after the completion of the mandala, as an offering to the mandala deities. In addition, there is another type of ceremonial dance called Cham, which is associated with activities for overcoming obstacles.

Nhiều tự viện nhỏ rất thông thạo việc thực hiện các điệu múa lễ này, nhưng chúng ta có thể phải nghi ngờ về sự nhận hiểu của họ đối với các biểu tượng và ý nghĩa ẩn tàng của chúng. [Hiện nay,] phần đông người ta xem việc múa lễ của họ như một màn biểu diễn, một kiểu trình diễn sân khấu. Điều này phản ánh một sự thật đáng buồn là các tantra đang suy thoái dần. Tôi từng học được trong lịch sử Ấn Độ rằng, một trong các nhân tố dẫn đến sự suy đồi của tantra và giáo lý đạo Phật ở Ấn Độ chính là do sự phát triển nhanh quá mức các tu tập Mật thừa. Nếu một hành giả thiếu những nền tảng căn bản tiên quyết thiết yếu cho sự tu tập Mật thừa, thì những kỹ năng và thiền tập Mật thừa có thể sẽ tai hại hơn là lợi ích. Điều này giải thích vì sao những tu tập Mật thừa được gọi là "bí mật".

Chúng ta phải luôn ghi nhớ rằng, ngay cả trong các bản văn mật thừa thì các giới biệt giải thoát của người xuất gia cũng được xưng tán rất nhiều. Tantra *Thời luân căn bản*, là tantra đứng đầu trong tất cả các tantra Tối thượng Du-già, nói rằng: "Trong số những kim cang đạo sư đứng ra thực hiện thuyết pháp và hành lễ thì các vị xuất gia đã thọ Cụ túc giới là cao nhất, các vị sa-di là hạng giữa và hàng cư sĩ là thấp nhất."

Ngoài ra, có nhiều loại giới luật khác nhau được thọ nhận trong tiến trình nhận lễ quán đảnh. Bồ Tát giới có thể được thọ nhận đối trước hình tượng Phật, không cần phải có sự hiện diện của một vị thầy.

Many small monasteries are expert in performing these ritual dances, but we might question their understanding of the symbolism and significance behind them. Most people consider their performance as a spectacle, a kind of theatrical show. This is a reflection of the sad fact that the tantras are degenerating. I have read in Indian history that one of the factors for the degeneration of tantra and the Buddhist doctrine in India was the excessive proliferation of tantric practices. If a practitioner lacks the basic foundations which are prerequisites for tantric practice, then tantric techniques and meditation may prove to be more harmful than beneficial. That is why tantric practices are called 'secret'.

We should bear in mind that even in tantric writings the monastic vows of individual liberation are highly praised. The fundamental tantra of Kalachakra, which is king of all Highest Yoga Tantras, mentions that of the varieties of vajra masters conducting teachings and ceremonies, fully ordained monks are the highest, novices are middling and the laymen are the lowest.

Moreover, in the course of receiving an initiation there are different types of vows to be taken. Bodhisattva vows can be taken in the presence of an image of the Buddha, without a guru in human form.

Ngược lại, các giới biệt giải thoát và giới nguyện Mật thừa nhất thiết phải được trao truyền từ những con người thật đang sống, với hình tướng của một vị đạo sư.

Nếu muốn tiến triển thành công trên con đường tu tập Mật thừa, điều thiết yếu là quý vị phải được chính vị đạo sư (guru) của mình trao truyền cho một niềm hứng khởi và sự gia trì của dòng truyền thừa không gián đoạn, khởi đầu từ đức Phật Kim Cang Trì (Vajradhara), để khơi dậy được tiềm năng trong tâm thức nhằm đạt đến trạng thái thành tựu Phật quả. Sự trao truyền này đạt được thông qua lễ quán đảnh. Vì thế, trong tu tập Mật thừa, vị đạo sư (guru) là rất quan trọng.

Vì đạo sư giữ một vai trò quan trọng như thế trong tu tập Mật thừa, nên có nhiều bản văn Mật thừa đã nêu rõ những phẩm tính [phải có] của một vị đạo sư Mật thừa.

Người ban lễ quán đảnh phải có những phẩm tính thích hợp. Vì thế, trước khi thọ nhận quán đảnh thì điều quan trọng là chúng ta phải khảo xét xem vị đạo sư [ban quán đảnh] đó có đủ những phẩm tính cần thiết hay không. Người ta nói rằng, dù phải mất đến 12 năm cho việc xác định vị thầy có đủ phẩm tính cần thiết hay không, chúng ta cũng nên dành thời gian để làm việc đó.

Một vị đạo sư kim cang đủ phẩm hạnh là người luôn phòng hộ ba cửa ngõ thân, khẩu, ý của mình, không để rơi vào các hành vi bất thiện, và là người

Individual liberation vows and tantric vows on the other hand must be taken from a living person in the form of a guru.

If you are to make successful progress in the tantric path, it is essential that you receive the inspiration and blessings of the uninterrupted lineage originating with Buddha Vajradhara from your own guru, in order to arouse the latent potential within your mind to actualize the resultant state of Buddhahood. This is achieved by the empowerment ceremony. Therefore, in the practice of tantra, the guru is very important.

Since the guru plays such an important role in the practice of tantra, many tantric texts have outlined the qualifications of a tantric master.

The person giving an initiation should be properly qualified. So before we take initiation, it is important to examine whether the guru has these qualifications. It is said that even if it takes twelve years to determine whether the master possesses the right qualifications, you should take the time to do it.

A qualified vajra master is a person who guards his or her three doors of body, speech and mind from negative actions, a person who is gentle and well-

hòa nhã, tinh thông tam học: *giới, định, tuệ*. Ngoài ra, vị ấy cũng phải nắm được cả hai hệ thống *nội thể* và *ngoại vi* của 10 nguyên lý. Tác phẩm *Sự sư pháp ngũ thập tụng* (事師法五十頌) [của ngài Mã Minh] mô tả một người thiếu lòng bi mẫn, nhiều sân hận, bị sai khiến bởi sức mạnh của tham ái và thù hằn, không có hiểu biết về tam học: *giới, định, tuệ*, cũng như luôn cao ngạo với chút ít kiến thức hiện có, như vậy là không đủ phẩm tính để trở thành một vị đạo sư Mật thừa.

Thế nhưng, nếu như vị đạo sư cần phải có những phẩm tính nhất định thì người đệ tử cũng vậy, cũng phải có những phẩm tính nhất định. Khuynh hướng không tốt hiện nay là [người ta thường] tham gia bất cứ lễ quán đảnh nào, do bất kỳ vị lạt-ma nào chủ trì, mà không có sự khảo xét tìm hiểu trước, và thọ nhận quán đảnh rồi sau đó lại phê phán vị lạt-ma ấy.

Về phía vị đạo sư, điều quan trọng là phải thuyết giảng phù hợp với những nguyên lý chung của con đường tu tập theo Phật pháp, lấy khuôn khổ chung của Phật pháp làm nguyên tắc để dựa vào đó mà xác định tính đúng đắn của những gì mình thuyết giảng.

Điểm cốt yếu là vị thầy không nên có ý nghĩ kiêu mạn rằng đối với các đệ tử của mình thì ông ta có quyền uy tuyệt đối và có thể làm bất cứ điều gì ông ta muốn. Tục ngữ Tây Tạng có câu rằng: "Dù đã chứng ngộ sánh bằng các bổn tôn thì vẫn phải sống sao cho phù hợp với mọi người."

versed in the three trainings of ethics, concentration and wisdom. In addition, he or she should possess the two sets, inner and outer, of ten principles. The 50 Verses on the Guru describes a person who lacks compassion and is full of spite, is governed by strong forces of attachment and hatred and, having no knowledge of the three trainings, boasts of the little knowledge he has, as unqualified to be a tantric master.

But, just as the tantric master should possess certain qualifications, so should the disciples. The current tendency to attend any initiation given by any lama, without prior investigation, and having taken initiation, then to speak against the lama is not good.

On the part of the gurus, it is also important to give teachings in accordance with the general structure of the Buddhist path, taking the general framework of the Buddhist path as the rule by which you determine the integrity of your teachings.

The point is that the teacher should not arrogantly feel that within the close circle of his disciples, he is almighty and can do whatever he wants. There is a saying in Tibetan, 'Even though you may rival the deities in terms of realization, your lifestyle should conform to the ways of others'.

Thọ trì giới nguyện

Một khi đã nhận lễ quán đảnh, quý vị có một trách nhiệm lớn lao là phải thọ trì các giới nguyện. Trong Tác Mật thừa và Hành Mật thừa, tuy đòi hỏi phải thọ Bồ Tát giới nhưng không cần thiết phải thọ trì các giới nguyện Mật thừa. Nhưng bất kỳ Mật thừa nào khác có quán đảnh kim cang đạo sư đều đòi hỏi phải thọ trì các giới nguyện Mật thừa.

Nếu quý vị đặc biệt chú ý đến việc tu tập theo 3 thừa *ngoại mật* thì điều quan trọng là phải ăn chay. Việc người Tây Tạng phải ăn thịt khi sống ở Tây Tạng là có lý do, vì khí hậu và sự khan hiếm các loại rau cải, nhưng ở những nước dồi dào rau cải thì việc từ bỏ hoặc hạn chế việc ăn thịt là tốt hơn nhiều. Đặc biệt khi quý vị có dịp mời mọc đông người đến để chiêu đãi thì việc sử dụng thức ăn chay là rất tốt.

Chuyện kể rằng, có một người dân du mục đến Lhasa và ngạc nhiên khi thấy thị dân ở đây ăn rau cải. Ông ta nói: "Người ở Lhasa không bao giờ chết đói, vì họ có thể ăn bất cứ món gì màu xanh."

Quan điểm của Phật giáo về vấn đề ăn chay nói chung là không cấm việc ăn thịt, ngay cả trong giới luật của người xuất gia, trừ ra một ngoại lệ là không ăn thịt của một số loài vật nhất định nào đó. Các tăng sĩ ở Tích Lan, Miến Điện và Thái Lan cũng ăn thịt.

Maintaining the Vows

Once you have taken the initiation, you have a great responsibility to observe the pledges and vows. In the Action and Performance Tantras, although Bodhisattva vows are required, there is no need to take the tantric vows. Any tantra that includes a vajra master initiation requires the disciples to observe the tantric vows as well.

If you are paying particular attention to observing practices of the three lower tantras it is important to maintain a vegetarian diet. Although it was reasonable for Tibetans to eat meat in Tibet, because of the climatic conditions and the scarcity of vegetables, in countries where there are vegetables in abundance, it is far better to avoid or reduce your consumption of meat. Particularly when you invite many people to a party, it is good if you can provide vegetarian food.

There is a story of a nomad who visited Lhasa and was surprised to see people eating vegetables. He said, 'People in Lhasa will never starve, they can eat anything green.'

The Buddhist position with regard to diet, even as it is presented in monastic discipline, with the exception of the flesh of certain specific animals, is that there is no general prohibition of meat. Monks in Sri Lanka, Burma, and Thailand eat meat.

Trong các kinh văn về sự tu tập của hàng Bồ Tát, nói chung thì việc ăn thịt bị ngăn cấm. Nhưng sự ngăn cấm này không quá cứng nhắc. Trong Trung quán Tâm luận tụng (Madhyamakahṛdayakārikā), ngài Thanh Biện đề cập đến vấn đề ăn chay trong sự tu tập theo đạo Phật và cho rằng khi con thú bị ăn thịt đã chết trước đó thì không xem là trực tiếp bị giết hại. Điều cần ngăn cấm là việc ăn thịt con vật khi ta đã biết rõ hay nghi ngờ nó bị giết vì mình.

Trong ba thừa ngoại mật đều nghiêm cấm việc ăn thịt. Nhưng trong Tối thượng Du-già Mật thừa, hành giả được khuyến khích [hòa đồng cùng người khác trong việc] ăn uống năm loại thịt, năm loại rượu. Một hành giả hoàn hảo trong Tối thượng Du-già Mật thừa là người có khả năng sử dụng năng lực thiền tập để chuyển hóa năm loại thịt và năm loại rượu thành những chất thanh tịnh, và sau đó có khả năng sử dụng chúng để làm gia tăng năng lượng cơ thể. Nhưng nếu một người nào đó cố biện minh cho việc ăn thịt bằng cách tự xưng mình là hành giả Tối thượng Du-già Mật thừa, thì khi họ phải buộc phải dùng đủ năm loại thịt, năm loại rượu, họ có thể bộc lộ rõ sự kén lừa khó tính, ưa thích một vài món trong đó và từ chối những món khác với sự ghê tởm.

In the scriptural collections of the Bodhisattvas, eating meat is generally prohibited. However, the prohibition is not very strict. In his text called Heart of the Middle Way, Bhaviveka deals with the question of vegetarianism in the Buddhist way of life, and concludes that since the animal is already dead when its meat is eaten, it is not directly affected. What is prohibited is eating meat which you know or suspect has been killed for you.

In the three lower classes of tantra, eating meat is strictly prohibited. But in the Highest Yoga Tantra, practitioners are recommended to partake of the five meats and five nectars. The perfect practitioner of Highest Yoga Tantra is someone who is able to transform the five meats and five nectars into purified substances through the power of meditation, and is then able to utilize them to enhance the body's energy. But if someone tried to justify eating meat by claiming to be a Highest Yoga Tantra practitioner, when they came to eat the five meats and nectars they could not be choosy, relishing some and rejecting the others in disgust.

Phật giáo và nữ giới

Tôi nghĩ rằng việc đề cập đôi nét đến nữ giới và nữ quyền trong phạm vi Phật giáo ở đây cũng là thích hợp.

Về nếp sống xuất gia, tuy rằng trong Luật tạng ghi rằng cả hai giới tăng ni đều có những cơ hội như nhau trong việc thọ nhận giới luật, nhưng chúng ta thấy rằng các vị tăng đã thọ Cụ túc giới được xem như cao quý hơn trong ý nghĩa là đối tượng của sự tôn trọng, cung kính. Từ cách nhìn nhận này, ta có thể nói đã có phần nào đó phân biệt đối xử.

Cũng trong kinh văn của Tiểu thừa, chúng ta thấy một vị Bồ Tát đạt đến địa vị tu chứng cao nhất, chắc chắn sẽ thành tựu quả Phật ngay trong đời sống này, luôn được cho là nam giới. Chúng ta cũng thấy một cách giải thích tương tự trong các kinh điển Đại thừa, rằng một vị Bồ Tát đạt đến địa vị tu chứng cao nhất, chắc chắn sẽ thành tựu giác ngộ viên mãn ngay trong đời này, là một đấng nam tử an trú nơi cảnh giới Tịnh độ Cực Lạc. Trong ba thừa ngoại mật cũng có sự giải thích như thế, nhưng trong Tối thượng Du-già Mật thừa thì khác.

Trong Tối thượng Du-già Mật thừa, ngay cả bước đầu tiên thọ nhận quán đảnh cũng chỉ có thể được thực hiện trên căn bản có sự hiện diện của một hội chúng gồm các bổn tôn nam và nữ. Chư Phật thuộc

Women and Buddhism

I think it is also appropriate for me to say something about feminism and women's rights within Buddhism.

In the case of the monastic way of life, although male and female practitioners are afforded equal opportunities in the Discipline texts to take the monastic vows, we find that fully ordained monks are treated as superior in terms of being objects of respect and veneration. From this point of view, we might say that there is some discrimination.

Also in the writings of the low vehicle, we find that a Bodhisattva on the highest level of path who is sure to gain enlightenment in that lifetime is said to be a male. We find a similar explanation in the great vehicle sutras, that a Bodhisattva on the highest level of path, who will definitely achieve enlightenment in the same lifetime, is a male abiding in the Blissful Pure Land (Sukhavati). This is also true of the three lower classes of tantra, but the explanation in Highest Yoga Tantra is different.

In Highest Yoga Tantra, even the first step of receiving empowerment is possible only on the basis of the presence of a complete assembly of male and

Ngũ bộ cũng nhất thiết phải đi kèm với vị phối ngẫu của các ngài.

Vai trò của nữ giới được nhấn mạnh trong Tối thượng Du-già Mật thừa. Việc khinh thường nữ giới là phạm vào một trong các giới nguyện gốc, cho dù không có sự vi phạm tương đương nào được đề cập [ngược lại] đối với nam giới. Ngoài ra, trong hành trì thiền tập thực sự về các bổn tôn mạn-đà-la, vị bổn tôn được quán tưởng thường thuộc về phái nữ, chẳng hạn như Kim cang Du-già nữ (Vajra Yogini) và Không tánh nữ (Nairatmya)...

Hơn nữa, Mật thừa có nói về thời điểm trong giai đoạn thành tựu, khi hành giả được khuyến khích nên tìm kiếm một vị phối ngẫu để thúc đẩy sự chứng ngộ trên đường tu tập. Trong những trường hợp hợp nhất như thế, nếu một trong hai vị có sự chứng ngộ cao hơn, vị ấy sẽ có khả năng mang lại sự giải thoát, hay thành tựu trạng thái [Phật] quả cho cả hai.

Do đó, theo sự giải thích trong Tối thượng Du-già Mật thừa thì một nữ hành giả có thể đạt đến giác ngộ viên mãn ngay trong kiếp này. Điều này cũng được khẳng định rõ ràng trong các tantra, chẳng hạn như tantra Bí Mật Tập hội (Guhyasamaja).

Điều cơ bản nhất là trong Mật thừa, đặc biệt là trong Tối thượng Du-già Mật thừa, thì những gì mà hành giả dấn thân vào chính là một phương pháp để khám phá và phát triển những khả năng tiềm tàng trong chính bản thân họ. Đó là tâm quang minh bản sơ, và từ quan điểm đó thì cả nam giới và nữ giới đều

female deities. The Buddhas of the five families must be accompanied by their consorts.

The female role is strongly emphasized in Highest Yoga Tantra. To despise a woman is a transgression of one of the root tantric vows, although no corresponding transgression is mentioned in relation to male practitioners. Also, in the actual practice of meditating on mandala deities, the deity concerned is often female, such as Vajra Yogini or Nairat maya.

In addition, tantra speaks of the point in the completion stage when the practitioner is advised to seek a consort, as an impetus for further realization of the path. In such cases of union, if the realization of one of the partners is more advanced, he or she is able to bring about the release, or actualization of the resultant state, of both practitioners.

Therefore, it is explained in Highest Yoga Tantra, that a practitioner can become totally enlightened in this lifetime as a female. This is explicitly and clearly stated in tantras such as Guhyasamaja.

The basic point is that in tantra and particularly in Highest Yoga Tantra, what practitioners are engaged in is a method of exploring and developing the latent potency within themselves. That is, the fundamental innate mind of clear light and from that point of view, since males and females possess that faculty equally,

sẵn có như nhau tiềm năng ấy, nên không có bất cứ sự khác biệt nào trong khả năng đạt đến trạng thái thành tựu [Phật] quả.

Vì thế, khuynh hướng của đạo Phật về vấn đề phân biệt giới tính là: Không hề có sự phân biệt đối xử trong quan điểm rốt ráo, tức là quan điểm của Tối thượng Du-già Mật thừa.

CÁC PHÁP THỰC HÀNH TU TẬP THEO MẬT THỪA

Tác Mật thừa

Trong các lớp tantra căn bản, có hai cấp độ tu tập được đề cập và được gọi tên theo thuật ngữ Phật học là pháp Du-già có biểu tượng và pháp Du-già không biểu tượng.

Theo một cách nhìn khác hơn thì Tác Mật thừa trình bày các pháp tu tập trong ý nghĩa là những phương pháp để thành tựu *thân, ngữ, tâm* của Phật quả giác ngộ.

Phương pháp để thành tựu *Phật thân* được giảng giải trong ý nghĩa hình dung quán tưởng vị bổn tôn.

Phương pháp để thành tựu *Phật ngữ* được giảng giải trong ý nghĩa 2 cách trì tụng mật chú: trì tụng

there is no difference whatsoever in their ability to attain the resultant state.

So, the Buddhist position on the question of discrimination between the sexes is that from the ultimate point of view, that of Highest Yoga Tantra, there is no distinction at all.

THE ACTUAL PATHS OF TANTRIC PRACTICE

Action Tantra

In the lower classes of tantra, two levels of the path are referred to, technically called yoga with signs and yoga without signs.

From another point of view, Action Tantra presents its paths in terms of methods to actualize the body of the Buddha, the speech of the Buddha and the mind of resultant Buddhahood.

The path for actualizing the body of the Buddha is explained in terms of visualization of the deity.

The path for actualizing the speech is explained in

phát ra âm thanh nhỏ đều và trì tụng thầm lặng trong tâm ý.

Phương pháp để thành tựu *Phật tâm* được giảng giải trong ý nghĩa những gì mà thuật ngữ Phật học gọi là *"sự định tâm mang lại giải thoát khi âm thanh chấm dứt"*. Loại định tâm này đòi hỏi phải có sự chuẩn bị bằng các pháp tu tập trước đó là *"định tâm trong lửa"* và *"định tâm trong âm thanh"*.

Thành tựu Phật thân

Trong Tác Mật thừa có bao hàm pháp tu để hành giả tự chuyển biến mình thành vị bổn tôn hay không, đó vẫn còn là điều mà các bậc thầy có ý kiến khác nhau. Tuy nhiên, chúng ta có thể nói rằng, một hành giả Tác Mật thừa [ở mức độ] thông thường không cần thiết phải tự chuyển biến mình thành vị bổn tôn [của pháp tu]. Sự thiền tập của một hành giả thông thường được giới hạn đơn giản chỉ ở mức quán tưởng hình dung vị bổn tôn cùng hiện hữu với mình. Nhưng các hành giả chính yếu của Tác Mật thừa là những người có thể thực sự tự chuyển biến mình thành vị bổn tôn [của pháp tu] và quán tưởng bổn tôn trên nền tảng đó.

terms of two types of mantra repetition - one actually whispered and the other repeated mentally.

The path for actualizing the mind of the Buddha is explained in terms of what is technically called 'the concentration which bestows liberation at the end of sound'. This type of concentration requires as a prerequisite the concentration abiding in fire and the concentration abiding in sound.

Actualizing the Body of the Buddha

Whether or not Action Tantra incorporates a practice of generating oneself into the deity is a point on which masters have differing opinions. However, we can say that ordinary trainees of Action Tantra have no need to generate themselves into the deity. Their meditation is confined simply to visualizing the deity in their presence. But the principal trainees of Action Tantra are those who can actually generate themselves into deities and who visualize deities on such a basis.

Bổn tôn Du-già

Theo như được giảng giải trong một tantra của Tác Mật thừa dành cho các hành giả chính yếu, việc hình dung quán tưởng một vị bổn tôn, chẳng hạn như đức Quán Thế Âm, hay vị bổn tôn du-già, có thể được mô tả trong 6 giai đoạn: *bổn tôn tánh Không, bổn tôn mật chú, bổn tôn chủng tự, bổn tôn sắc tướng, bổn tôn thủ ấn* và *bổn tôn biểu tượng.*

Thiền quán *bổn tôn tánh Không* là chỉ đến việc quán tưởng về tánh Không của tự ngã chính mình và tự ngã của vị bổn tôn, quán xét về những nền tảng chung trong ý nghĩa bản chất của những điều ấy đều là rỗng không.

Một cách khái quát, như trong *Tứ bách kệ tụng* của ngài Thánh Thiên có giảng giải, nhìn từ góc độ bản chất rốt ráo của các pháp thì không có bất kỳ sự khác biệt nào, bởi tất cả đều tương đồng ở điểm là không hề có sự tồn tại vốn có dựa vào tự tính. Nhìn từ bản chất rốt ráo, tất cả các pháp là đồng một thể trạng, do đó nói rằng *vạn pháp cùng quy về nhất thể.* Và mặc dù tất cả các pháp đều có bản chất rỗng không tương đồng, nhưng trên bình diện quy ước thì mỗi pháp đều có sự trình hiện khác biệt nhau, do đó nói rằng *vạn pháp biến hiện từ nhất thể.*

[Trong giai đoạn] thiền quán *bổn tôn mật chú,* hành giả quán tưởng tiếng vang của mật chú [mà

Deity Yoga

Visualization of a deity such as Avalokiteshvara, or deity yoga, as it is explained in an Action Tantra and intended for the principal trainees of that tantra, can be described in six stages: the emptiness deity, mantra deity, letter deity, form deity, mudra deity, and sign deity.

Meditation on the emptiness deity refers to meditation on the emptiness of your own self and the self of the deity - reflecting on their common basis in terms of their empty nature.

Generally speaking, as Aryadeva's 400 verses explains, from the point of view of their ultimate nature, there is no difference whatsoever between phenomena - they are all similar in that they lack inherent existence. From the ultimate point of view, they are of one taste; therefore it speaks of a multiplicity becoming of one taste. And though they all have identical empty natures, on the conventional level, phenomena have many different appearances, therefore it speaks of multiplicity from unity.

With meditation on the mantra deity, you visualize a resonant mantra arising from this state of emptiness,

mình trì tụng] khởi sinh từ trạng thái tánh Không, vốn là bản chất rốt ráo của tự ngã chính mình và tự ngã của vị bổn tôn. Hành giả không quán tưởng hình thể các mẫu tự [của mật chú], mà chỉ là tiếng vang của mật chú bổn tôn đó. Duy trì trạng thái thiền quán này là giai đoạn thứ hai, thiền quán *bổn tôn mật chú* hay *bổn tôn âm thanh*.

Trong giai đoạn thiền quán *bổn tôn chủng tự*, hành giả hình dung các âm tiết của mật chú tự vang lên và hiện khởi thành hình dạng các chủng tự đứng trên một đĩa mặt trăng trắng, nằm bên trong tự thân mình.

Giai đoạn tiếp theo đó, hành giả hình dung các chủng tự của mật chú được chuyển biến thành sắc tướng thật của vị bổn tôn, đó là thiền quán *bổn tôn sắc tướng*.

Thiền quán *bổn tôn thủ ấn* được thực hành một khi hành giả đã thể nhập sắc tướng của vị bổn tôn và dùng bàn tay thực hiện các thủ ấn đặc biệt, trong trường hợp của Liên hoa bộ thì [các thủ ấn này] được thực hiện ở [vị trí của] trái tim.

Giai đoạn cuối cùng, thiền quán *bổn tôn biểu tượng* chỉ đến việc hành giả hình dung quán tưởng trên đỉnh đầu, nơi cổ họng và trái tim của mình được gắn với 3 chủng tự lần lượt tương ứng là OM, AH, HUM đồng thời mời gọi các giác thể trí tuệ thâm nhập vào thân thể mình.

the ultimate nature of your own self and that of the deity. This is not in the form of letters, just the sound of the deity's mantra resounding. Maintaining that contemplation is the second step, meditation on the mantra or sound deity.

During meditation on the letter deity the practitioner imagines the syllables of the self-resounding mantra emerging in the shape of letters standing on a white moon disc, within him or herself.

Next, the practitioner visualizes the letters of the mantra being generated into the actual form of the deity, which is meditation on the form deity.

Meditation on the mudra deity occurs when the practitioner, having arisen in the form of the deity, performs the specific hand gesture, which in the case of the Lotus family is performed at the heart.

Finally, meditation on the sign or symbol deity refers to visualizing the crown of your head, throat and heart being marked respectively by the three syllables OM AH HUM and inviting the wisdom beings to enter into your body.

Tầm quan trọng của
sự nhận biết tánh Không

Một đặc điểm căn bản của tất cả các pháp tu theo Phật giáo Mật thừa là hành giả phải luôn thiền quán về tánh Không trước khi tự chuyển biến mình thành một vị bổn tôn, cho dù nghi thức tu tập mà quý vị đang sử dụng có bao gồm những từ ngữ Sanskrit như *Om svabhāva shuddha sarva-dharma* hay không. Điều đáng kể ở pháp thiền quán này là nó nhấn mạnh vào sự quan trọng của việc tự mình khởi sinh tuệ giác nhận biết tánh Không hướng vào hình tướng của vị bổn tôn. Cho dù ở giai đoạn khởi đầu thì điều này chỉ được thực hiện ở mức độ hình dung, nhưng nó có tác dụng như một sự tập dượt trước, chuẩn bị cho giai đoạn mà trí tuệ nhận thức về tánh Không của hành giả thực sự sinh khởi trong sắc tướng của một thánh thể. Do đó, nếu hành giả không có được một sự nhận hiểu về tánh Không như được giảng giải theo các trường phái Du-già hay Trung đạo, thì sẽ rất khó để hành trì theo Du-già Mật tông.

Hình tướng vị bổn tôn [của pháp tu] được khởi sinh từ chính trí tuệ nhận biết tánh Không của hành giả, ở đây được xem là tiêu biểu cho pháp môn tu tập. Sau đó, thỉnh thoảng hành giả phải tiếp tục củng cố ý niệm nhận biết bản chất rỗng không của vị bổn tôn đó. Đây là pháp thiền quán về những gì được gọi

The Importance of Realizing Emptiness

One basic feature of all Buddhist tantric practices is that you should always meditate on emptiness before generating yourself into a deity, whether the manual you are using includes such Sanskrit words as am svabhavashuddha sarva-dharma or not. The significance of this meditation is to emphasize the importance of generating your own wisdom realizing emptiness into the appearance of the deity. Although at the initial stage this is only done on an imaginary level, it serves as a rehearsal for the occasion when the practitioner's awareness of the wisdom realizing emptiness actually arises in the form of a divine body. For this reason, if the practitioner lacks an understanding of emptiness as explained either by the Yogic Practitioner or Middle Way schools, it is difficult to practise tantric yoga.

The appearance or form of the deity, generated from your own wisdom realizing emptiness, is said here to represent the practice of method. Then the practitioner has occasionally to reaffirm his mindfulness of the empty nature of the deity. This is the meditation on what is called the 'great seal ripening the faculties

là *"đại ấn làm thuần thục năng lực thành tựu sắc thân"*, trong bối cảnh tu tập của Tác Mật thừa.

Nếu hành giả sẵn có khả năng tập trung nhất tâm hay một tâm thức định tĩnh thì điều đó sẽ rất tốt. Còn nếu đang trong giai đoạn rèn luyện năng lực nhất tâm song song với sự tu tập theo Mật thừa, thì hành giả nên hành trì sau khi đã [quán tưởng] tự chuyển biến mình thành vị bổn tôn [của pháp tu], nhưng trước khi trì tụng mật chú.

Có nhiều chỉ dẫn trong các tantra nói rằng, nếu hành giả cảm thấy mệt mỏi trong việc thiền tập thì có thể [quay sang] trì tụng mật chú. Vì thế, với các hành giả chưa có sự thiền tập mãnh liệt trong giai đoạn này, nếu cảm thấy mệt mỏi trong việc trì tụng mật chú, họ chỉ có thể dừng buổi tu tập. Cấu trúc thực sự của các nghi quỹ luôn nhấn mạnh trước hết vào việc thiền quán và xem việc trì tụng mật chú là thứ yếu.

Thiền quán ở đây chỉ đến sự tu tập theo các pháp môn *thâm diệu* và *rộng lớn*. Tu tập theo pháp môn *thâm diệu* là chỉ cho việc thiền quán về tánh Không, nhưng không phải tánh Không của bất kỳ [điều gì], mà tánh Không ở đây phải là bản tánh duy nhất của vị bổn tôn [theo pháp tu] mà quý vị đang hình dung quán tưởng. Việc chú tâm vào tánh Không của một vị bổn tôn như thế chính là nội dung của pháp tu này.

Pháp môn thiền tập *rộng lớn* bao gồm 2 khía cạnh. Trước hết phải nỗ lực phát triển một hình ảnh

to actualize the form body,' in the context of Action Tantra.

It is good if practitioners already possess the faculty of one-pointedness, or a calmly abiding mind. Otherwise, if you are cultivating single-pointedness in conjunction with tantric practice, you should do the practice after having generated yourself into the deity, but before doing the mantra repetition.

Many tantric manuals say that if you feel tired of the meditation then perform the mantra repetition. So, when those who do not perform intensive meditations at this point feel tired of repeating mantras, they will only be able to end their session. The actual structure of the ritual texts emphasizes meditation first of all and treats mantra repetition as secondary.

Meditation here refers to training in the profound and vast paths. Training in the profound path refers to meditation on emptiness, not meditation on any emptiness, but rather an emptiness which is the unique nature of the deity you have visualized. Focusing upon the empty nature of such a deity constitutes this practice.

Meditation on the vast path consists of two aspects:

vị bổn tôn được hình dung hết sức rõ nét, vì một khi quán tưởng thành tựu tự thân mình là vị bổn tôn với hình ảnh chắc chắn và rõ nét, hành giả sẽ có khả năng phát triển khía cạnh thứ hai, đó là niềm tự hào thiêng liêng. Một khi đã có được hình ảnh quán tưởng thật rõ ràng tự thân mình chính là vị bổn tôn, hành giả sẽ có khả năng phát triển một cảm giác tự hào thiêng liêng thật mạnh mẽ vì [cảm thấy] tự thân mình thực sự trở thành vị bổn tôn.

Trong một tài liệu hướng dẫn thiền tập của đại sư Ấn Độ là Phật Trí (Buddha-jnana) có nêu lên vấn đề là, cho dù vô minh là nguyên nhân nguồn cội của luân hồi, nhưng trong tu tập du-già bổn tôn của giai đoạn phát khởi lại không hề có pháp thiền quán đặc biệt về tánh Không. Vậy thì, làm sao ta có thể luôn cho rằng pháp du-già bổn tôn ấy có công năng đối trị vô minh? Để trả lời câu hỏi này, ngài Phật Trí giải thích rằng, sự tu tập du-già bổn tôn trong giai đoạn phát khởi là một pháp tu đòi hỏi thiền quán về tánh Không của sắc tướng bổn tôn, chứ không chỉ là thiền quán về vị bổn tôn ấy. Hành giả thiền quán về tánh Không của vị bổn tôn trong khi vẫn duy trì hình ảnh quán tưởng của vị bổn tôn ấy. Như vậy, sự tu tập du-già bổn tôn [của giai đoạn phát khởi] bao gồm 2 khía cạnh: sự chú tâm vào thực tại quy ước (tục đế) và sự chú tâm vào thực tại rốt ráo (chân đế).

Các tantra [thuộc giai đoạn tu tập này] cũng nói đến 3 khuynh hướng: chú tâm vào tất cả những hiển lộ trong sắc tướng của vị bổn tôn, vào tất cả những

firstly, trying to develop a very clear visualization of the deity, for once this appearance of yourself as the deity is firm and clear; you will be able to develop the second aspect, which is divine pride. Once you have a clear vision of yourself as a deity, you will be able to develop a very strong sense of divine pride, of actually being the deity.

In one of the Indian master Buddha jnana's meditation manuals, the question is raised, that although ignorance is the root cause of cyclic existence, in the deity yoga of the generation stage, there is no specific meditation on emptiness. How then can one maintain that deity yoga serves as an opponent force to this ignorance? In reply, Bud-dhajnana says that what is meant by deity yoga in the generation stage of tantra is a practice in which you meditate on the empty nature of the form of the deity, not meditation on the deity alone. You meditate upon the emptiness of the deity while retaining its visualized appearance. So, the practice of deity yoga consists of two aspects: that focused on conventional truth and that focused on ultimate truth.

The tantras also refer to three attitudes: regarding all appearances in the form of deities, everything

gì nghe thấy như là mật chú, và vào bất kỳ kinh nghiệm tỉnh giác nào có được như là trí tuệ của bổn tôn.

Khuynh hướng thứ nhất phải được nhận hiểu trong ý nghĩa không phải là để phát triển một cảm nhận [về vị bổn tôn] thông qua sự tin tưởng, mà là để đạt đến một mục đích rất cụ thể, đó là vượt qua cảm giác về sự tầm thường của bản thân hành giả. Từ cấp độ của một sự hình dung tưởng tượng, hành giả nỗ lực để nhận biết tất cả những gì hiện ra với mình trong hình tướng của vị bổn tôn. Vì thế, sự nhận hiểu khuynh hướng này phải luôn được dựa trên tánh Không.

Một cách giảng giải khác về khuynh hướng này, cụ thể như được giảng giải trong phái Śākya, đề cập đến ý nghĩa của tantra 3 lớp. Giáo pháp được biết với tên gọi Đạo lộ và Quả vị của phái này mô tả "tantra nguyên nhân" như nền tảng căn bản và hành giả được đào luyện để nhận hiểu được tầm quan trọng cũng như ý nghĩa của nền tảng căn bản này, nhằm đạt đến một nhận thức rằng tất cả các pháp đều thanh tịnh và thiêng liêng.

Và một cách giảng giải khác nữa được tìm thấy trong tác phẩm *Những đề mục tổng quát trong tinh yếu mật tạng*" của Đại sư Dodrup Jigme Tenpai Nyima thuộc phái Đại Toàn Thiện. Đại sư giải thích, việc phát triển nhận thức [rằng tất cả các pháp đều thanh tịnh] là xuất phát từ quan điểm tất cả các pháp hiện khởi trong luân hồi và [cảnh giới] an lạc

you hear in the form of mantra and any conscious experience you have as the wisdom of the deity.

The first attitude should be understood in the sense not of developing such a perception through conviction, but to achieve a very particular purpose, that is to overcome our sense of ordinariness. On an imaginary level you try to perceive everything that appears to you in the form of the deity. Therefore, the apprehension of that attitude is always founded on emptiness.

Another explanation of this attitude, particularly as presented in the Sakyapa tradition, discusses the meaning of the three-fold tantra. Their teaching known as Path and Fruit describes 'causal tantra' as the fundamental ground and the practitioner is trained to understand the significance and meaning of this fundamental ground in order to attain a perception of everything as pure and divine.

Another explanation found in the works of one of the masters of the Great Perfection School, Dodrup Jigme Tenpai Nyima, called General Topics of the Essence Of Secrets, explains the cultivation of this perception from the point of view that everything that occurs within this cycle of existence and peace is in fact a different manifestation or play of the fundamental ground

thực ra chỉ là những hiển lộ hay diễn bày khác biệt của một nền tảng căn bản mà thuật ngữ của phái Đại Toàn Thiện gọi là giác tính bản sơ. Giác tính bản sơ này là cội nguồn của tất cả các pháp khởi sinh và hiển lộ trong sự phô diễn của thực tại – cõi luân hồi và [cảnh giới] an lạc đều chỉ là những hiển lộ của giác tính bản sơ, mà thật ra chính là cấp độ vi tế nhất của tâm quang minh.

Điều này tương tự với sự giảng giải của Trung Đạo, rằng tánh Không là nguồn gốc hay khởi nguyên của tất cả các hiện tượng [trong thế giới] quy ước, vì tất cả các hiện tượng đều là sự hiển lộ của cùng một bản chất rốt ráo, đó là tánh Không. Tương tự, các phái Śākya và Nyingma đều giảng giải rằng, tất cả các pháp hiện khởi trong cõi luân hồi và [cảnh giới] an lạc đều chỉ là những hiển lộ hay diễn bày của giác tính bản sơ, đều có cùng loại khuynh hướng như nhau.

Giác tính bản sơ hay tâm quang minh vi tế là thường tồn, trong ý nghĩa là có sự tương tục, và về cơ bản thì bản chất tinh yếu của tâm này là thuần khiết và thanh tịnh, vì không bị nhiễm ô bởi phiền não. Từ quan điểm đó, quý vị có thể mở rộng tầm nhìn thanh tịnh của mình để bao gồm tất cả các pháp, vốn thật ra chỉ là những hiển lộ của một nền tảng căn bản [là giác tính bản sơ].

Chúng ta cần nhớ rằng, những giảng giải khác nhau như trên đều được đưa ra từ quan điểm của Tối thượng Du-già Mật thừa.

known as primordial awareness in the terminology of the Great Perfection. This primordial awareness is the source of everything that occurs and appears in the expanse of reality - cyclic existence and peace are just manifestations of primordial awareness, which is in fact the subtlest level of clear light.

This resembles the Middle Way explanation that emptiness is the source or the origin of all conventional phenomena, because all phenomena are manifestations of the same ultimate nature, emptiness. Similarly, the Sakya and Nyingma explanations that all phenomena appearing within the cycle of existence and peace are manifestations or the play of primordial awareness have the same kind of intention.

This primordial awareness, the subtle clear light, is permanent in terms of its continuity and its essential nature, unpolluted by disturbing emotions, is basically pure and clear. From that point of view it is possible to extend your vision of purity to include all phenomena, which are actually manifestations of this fundamental ground.

We should remember that these different explanations are given from the point of view of Highest Yoga Tantra.

Và như vậy, đó chính là khởi điểm mà quý vị phải bắt đầu thực hành thiền tập. Và sau khi đã đi vào thiền tập, nếu cảm thấy mệt mỏi thì quý vị có thể thực hành trì tụng mật chú để thành tựu *Phật ngữ*. Tác Mật thừa nói về hai cách trì tụng mật chú, một là trì tụng thành tiếng với âm thanh chỉ vừa đủ cho chính mình nghe thấy; và hai là trì niệm trong tâm, có nghĩa là không phát ra âm thanh, nhưng [trong tâm] hình dung âm thanh của mật chú.

Thành tựu Phật tâm

Định *tâm trong lửa* là thuật ngữ dùng để chỉ pháp thiền mà hành giả quán tưởng các mật chú khác nhau, các âm tiết chủng tự... nơi trái tim của vị bổn tôn thiền quán và hình dung những ngọn lửa cháy lên từ đó.

Định tâm trong âm thanh là pháp thiền mà hành giả hình dung và chú tâm vào giọng đọc mật chú, không phải như chính mình đang trì tụng, mà như thể là đang nghe giọng đọc của một người khác.

Như vậy, hành giả rèn luyện sự nhất tâm hay một tâm thức an định bằng những phương pháp này. Đó là lý do vì sao chúng ta thấy có những đoạn văn trong các tantra của Tác Mật thừa nói rằng, thông qua tu tập pháp *định tâm trong lửa*, hành giả sẽ đạt được sự nhu nhuyến thân tâm. Và rồi thông qua sự

So, that is the point at which you have to undertake the meditation. If, after having done so, you feel tired, you can do the mantra repetition actualizing the Speech of the Buddha, Action Tantra speaks of two types of mantra repetition: one is whispered, which means you recite quietly so you can hear yourself, and the other is mental repetition, which means you do not voice but imagine the sound of the mantra.

Actualizing the Mind of the Resultant Buddha

The concentration abiding in fire is a term given to the meditation in which the practitioner visualizes different mantras, seed syllables and so on, at the heart of the meditational deity and imagines flames arising from them.

The concentration abiding in the sound refers to a meditation in which the practitioner imagines and concentrates on the tone of the mantra not as if he or she were reciting it themselves, but rather listening to the tone of mantra as though it were recited by someone else.

So, the practitioner cultivates single-pointedness or a calmly abiding mind in these ways, which is why we find passages in the Action Tantras which say that through the practice of concentration abiding in fire, the practitioner will gain physical and mental suppleness.

tu tập pháp *định tâm trong âm thanh*, hành giả sẽ thực sự đạt đến một tâm thức an định.

Pháp [thiền tập] du-già thứ ba được gọi là pháp [định tâm] *"mang lại giải thoát khi âm thanh chấm dứt"*, là một pháp môn giúp cho hành giả đạt đến sự giải thoát nhờ chứng ngộ rốt ráo.

Nói chung, nếu chúng ta muốn phân loại trong phạm vi của Tam tạng là Luật tạng, Kinh tạng và Luận tạng, thì các giáo pháp Mật thừa hẳn phải được xếp vào Kinh tạng. Vì thế, trong các tantra, chính đức Phật từng nói rằng ngài muốn thuyết dạy tantra theo cách giống như các bộ kinh.

Ý nghĩa quan trọng của điều này là, những nét độc đáo và thâm diệu của tantra được đạt đến thông qua các pháp tu tập để nuôi dưỡng sự an định trong thiền tập. Nét độc đáo chung ở cả 4 lớp tantra, là điều tạo nên sự khác biệt giữa tu tập theo mật thừa với tu tập theo kinh điển, chính là phương pháp đặc biệt của tantra để nuôi dưỡng sự an định trong thiền tập.

Có một điều tôi muốn làm rõ ở đây là, nói chung thì sự an định là một trạng thái tập trung của tâm thức, khi hành giả có khả năng duy trì sự chú tâm không xao nhãng vào một đối tượng đã chọn; do đó, những pháp tu để nuôi dưỡng một trạng thái như thế cũng phải [mang tính chất] chú tâm thay vì suy ngẫm.

Tuệ giác nội quán là một kiểu thiền phân tích

Then, through the concentration abiding in the sound, the practitioner will actually attain a calmly abiding mind.

The third type of yoga, called bestowing liberation at the end of the sound, is a technique which provides the practitioner with eventual realization of liberation.

Generally speaking, if we were to classify the tantric teachings among the three scriptural collections of discipline, discourses and knowledge, the tantric teachings would be included amongst the second, the sets of discourses. Therefore, in the tantras, Buddha himself has said that he would teach tantra in the style of the sutras.

The significance of this is that the unique or profound features of tantra come about through techniques for cultivating meditative stabilization. The unique feature, common to all four tantras, that distinguishes tantric practice from practices of the sutras is the tantras' special technique for cultivating meditative stabilization.

One thing I would like to clarify here is that, generally speaking, calm abiding is an absorptive state of mind in which a person is able to maintain his or her attention to a chosen object undistractedly. Therefore, techniques for cultivating such a state are also absorptive rather than contemplative.

Special insight is an analytical type of meditation,

quán xét, nên những pháp tu để nuôi dưỡng tuệ giác nội quán cũng phải mang bản chất phân tích.

An định là một trạng thái nâng cao của tâm thức, trong đó không chỉ là sự tập trung nhất tâm mà còn kèm theo cả những năng lực nhu nhuyến của thân tâm. Tương tự, tuệ giác nội quán cũng là một trạng thái nâng cao của tâm thức, trong đó năng lực phân tích được phát triển đến mức cũng kèm theo cả sự nhu nhuyến của thân tâm.

Như vậy, vì thiền an định mang bản chất chú tâm và thiền quán chiếu mang tính chất phân tích, nên khi bàn về thiền tập nói chung, chúng ta nhất thiết phải sáng suốt nhận biết rõ là có nhiều pháp thiền khác nhau. Có những pháp thiền là trạng thái tâm thức tập trung vào một đối tượng, như pháp thiền về tánh Không, khi ấy tánh Không là đối tượng; trong khi đó, nếu thiền về tâm từ thì hành giả khởi tâm hướng về một trạng thái thương yêu từ mẫn. Ngoài ra còn có những pháp thiền mà đối tượng chú tâm là sự tưởng tượng, hình dung một điều gì đó.

Theo sự giảng giải trong kinh điển và trong các tantra của 3 thừa ngoại mật, khi nuôi dưỡng tâm an định trong buổi thiền tập thì hành giả hoàn toàn tập trung duy trì nhất tâm, không vận dụng bất kỳ sự phân tích nào. Hai pháp thiền khác nhau thường được phân biệt trong tương quan so sánh khác biệt, nhưng trong Tối thượng Du-già Mật thừa có một pháp tu độc đáo giúp khai thông những điểm trọng yếu trong cơ thể, và nhờ việc chú tâm chính xác vào

so the methods for cultivating special insight are also analytical in nature.

Calm abiding is a heightened state of mind in which not only is your concentration single-pointed, but it is also accompanied by faculties of mental and physical suppleness. Similarly, special insight is a heightened state of mind in which your analytical power is so developed that it is also equipped with mental and physical suppleness.

So, because meditation on calm abiding is absorptive in nature and meditation on special insight is analytical, when we speak about meditation in general, we must be aware that there are many different types. Certain types of meditation are states of mind which focus on an object, such as meditation on emptiness, in which emptiness is the object, whereas in meditation on love, you generate your mind into a state of love. In addition, there are different types of meditation in which the focus is on imagining or visualizing something.

According to explanations in the sutras and the three lower tantras, when you cultivate calm abiding in a meditative session, you are thoroughly absorbed, maintaining single-pointedness and not employing any analysis. The two different types of meditation are usually distinct from one another, but Highest Yoga Tantra contains a unique method of penetrating the vital points of the body. It is by pin-pointing these

những điểm nhạy cảm này của cơ thể mà ngay cả tuệ giác nội quán cũng có thể được nuôi dưỡng thông qua pháp thiền định tâm.

Trong sự tu tập theo kinh điển và 3 lớp tantra ngoại mật, việc đạt đến sự an định và tuệ giác nội quán luôn xảy ra tuần tự. Trước hết, hành giả đạt được tâm an định, rồi từ đó mới dẫn đến tuệ giác nội quán, nhưng trong Tối thượng Du-già Mật thừa, một số hành giả siêu việt có thể đồng thời đạt đến cả hai.

Pháp [thiền tập] du-già thứ ba đã nói trên [được gọi là] *"sự định tâm mang lại giải thoát khi âm thanh chấm dứt"*. Đây là một thuật ngữ được dùng để chỉ pháp thiền quán về tánh Không theo hệ thống Mật thừa. Pháp này cũng được gọi là pháp du-già không biểu tượng, còn 2 pháp thiền định tâm trước đó được gọi là pháp du-già có biểu tượng.

Hành Mật thừa

Trong truyền thống Phật giáo Tây Tạng, các mạn-đà-la thuộc Hành Mật thừa khá hiếm gặp, nhưng khi thực sự được áp dụng thì vị bổn tôn phổ biến nhất thường là đức Đại Nhật Như Lai (Vairochana Abhisambodhi).

Hành Mật thừa cũng chỉ dạy con đường tu tập thuộc các phạm trù pháp du-già có biểu tượng và pháp du-già không biểu tượng. Ở đây, pháp du-già

sensitive points of the body that even special insight can be cultivated through concentrated or absorptive meditation.

In the practice of the sutra path and three lower tantras, attainment of calm abiding and special insight are always sequential. Calm abiding is attained first, leading on to special insight, whereas in Highest Yoga Tantra, some of the most able practitioners can attain the two simultaneously.

The third type of yoga referred to earlier, the concentration bestowing liberation at the end of the sound, is a technical term given to the meditation on emptiness according to the tantric system. It is also known as the yoga without signs, while the two earlier concentrations are referred to as the yoga with signs.

Performance Tantra

Mandalas belonging to Performance Tantra are quite rare in the Tibetan tradition, but when they do occur the most common deity is Vairochana Abhisambodhi.

Performance Tantra also presents the path in terms of the yoga with signs and yoga without signs. Here, yoga without signs refers to meditation, the emphasis

không biểu tượng chỉ cho việc thiền tập với sự nhấn mạnh vào tánh Không, trong khi pháp du-già có biểu tượng thì không có sự nhấn mạnh này.

Cả Tác Mật thừa và Hành Mật thừa đều nói đến sự cần thiết phải hành trì pháp du-già bổn tôn và thực hành những giai đoạn nhập thất chuyên tu thiền tập thích hợp, theo sau là tham gia các nghi thức hành lễ của pháp tu tập đó. Trong Tác Mật thừa và Hành Mật thừa, việc hành lễ này chủ yếu chỉ cho một số pháp thức nhất định, chẳng hạn như pháp thức trường thọ dựa trên nền tảng của một vị bổn tôn trường thọ... Các pháp thức khác, chẳng hạn như thành tựu giải thoát tối thượng v.v... không được mô tả chi tiết.

Du-già Mật thừa

Tantra quan trọng nhất đã được dịch sang Tạng ngữ thuộc lớp tantra này là *Nhất thiết Như Lai Căn bản yếu lược*, có liên quan đến Kim Cang giới và bao gồm các tantra *Nhất thiết trí*.

Tiến trình chung của con đường tu tập theo Du-già Mật thừa được giảng giải dựa trên nền tảng của 3 yếu tố: (1) nền tảng của sự tịnh hóa, (2) con đường tu tập tịnh hóa và (3) thành tựu kết quả tịnh hóa.

Nền tảng của sự tịnh hóa ở đây chỉ cho [4 nền tảng là] thân, ngữ, ý và hành vi của hành giả, còn *con đường tu tập tịnh hóa* chỉ cho [4 con đường là]

of which is on emptiness, while the emphasis of the yoga with signs is not.

Both Action and Performance Tantra speak of the requirement to practise deity yoga and undertake the appropriate meditation retreat, which is followed by engaging in the activities of the practice. In the Action and Performance Tantras this refers mainly to certain types of activities such as the prolongation of life on the basis of a long-life deity. Other types of activity, such as achieving the highest liberation and so on, are not described in detail.

Yoga Tantra

The most important tantra of this class translated into Tibetan is the Compendium of the Principles of All the Tathagatas (Sarva-tathagata-tattva-samgraha), which concerns the Vajra Realm and includes the Sarvavid tantras.

The general procedure of the path of Yoga Tantra is explained on the basis of three factors: the basis of purification, the purifying path and the purified result. The basis of purification here refers to the practitioner's body, speech, mind and activity, while the purifying paths refer to the practice of the great seal, the phenomenal seal, the pledge seal, and the wisdom or

thực hành tu tập đại ấn, pháp giới ấn, nguyện ấn và tuệ ấn hay tác ấn. Tương ứng với 4 nền tảng của sự tịnh hóa là thân, ngữ, ý và hành vi của hành giả, có 4 con đường tu tập tịnh hóa và 4 *thành tựu kết quả tịnh hóa* là Phật tâm, Phật ngữ, Phật tâm và Phật hạnh. Đó là lý do vì sao bản văn chính của lớp tantra này – tantra Căn bản yếu lược - lại gồm có 4 phần.

Tối thượng Du-già Mật thừa

Đối với người Tây Tạng chúng tôi, Tối Thượng Du-già Mật thừa cũng [quen thuộc và thiết yếu] giống như chế độ ăn uống hằng ngày. Tôi được biết là việc thực hành tu tập các tantra *Căn bản yếu lược* và *Đại Nhật Như Lai* đã phát triển rộng rãi ở Nhật Bản, với khá nhiều hành giả tu tập theo các thừa ngoại mật. Nhưng có vẻ như Tối Thượng Du-già Mật thừa thì chỉ được thấy trong truyền thống Tây Tạng, cho dù tôi không thể nói chắc chắn về điều này.

Tối Thượng Du-già Mật thừa chủ yếu dành cho các hành giả tu tập là những con người thuộc cõi dục, với cấu trúc cơ thể được tạo thành từ sáu phần. Sáu phần này bao gồm ba phần chúng ta nhận được từ cha và ba phần nhận được từ mẹ.

Một nét độc đáo của các pháp tu tập thâm diệu trong Tối Thượng Du-già Mật thừa là các pháp này vận dụng những kỹ năng không chỉ tương ứng với

action seal. Just as there are four bases of purification, the body, speech, mind and activity of the practitioner and four corresponding paths of purification, there are four purified results: the body, speech, mind and activities of Buddhahood. This is why the principal text of this class of tantra, the Compendium of Principles, has four sections.

Highest Yoga Tantra

Highest Yoga Tantra for us Tibetans is like our daily diet. I have found that the practice of the Compendium of Principles and the Vairochana-abhisambodhi tantra is wide-spread in Japan, where there are quite a lot of practitioners of the lower tantras. But it seems that Highest Yoga Tantra is found only in the Tibetan tradition, although I cannot state this definitively.

The trainees for whom Highest Yoga Tantra was intended are human beings belonging to the desire realm, whose physical structure is comprised of six constituents. These refer to the three constituents we obtain from our father and the three we obtain from our mother.

One unique feature of the profound paths of Highest Yoga Tantra is that they employ techniques

các hiện tượng liên quan đến các nền tảng của sự tịnh hóa như chúng hiện khởi trên bình diện thông thường, chẳng hạn như sự chết, trạng thái trung ấm và tái sinh, mà còn tương ứng cả với những nét đặc thù của trạng thái thành tựu Phật quả, tức là Ba thân Phật.

Tối thượng Du-già Mật thừa giảng giải về tên gọi tantra theo 3 cấp độ: *tantra nhân*, là cấp độ nền tảng, *tantra pháp*, là con đường tu tập, và *tantra thành tựu* là kết quả tu tập. Cả 3 cấp độ như vậy của tantra đều khởi sinh từ tâm quang minh bản sơ nội tại.

Nếu hiểu được tầm quan trọng của điều này, quý vị sẽ hiểu được sự giảng giải theo truyền thống Śākya, vốn nói về một *tantra nhân* được gọi là nền tảng của tất cả, hay *căn bản thể*, liên quan đến pháp mạn-đà-la và các vị bổn tôn trong đó, và tất cả đều thực sự khởi sinh từ *căn bản thể* này.

Truyền thống Śākya giảng giải rằng, *căn bản thể* hiển lộ trong các năng lực tinh thần cơ bản và các pháp thế gian với hình thức là những tính cách [cá biệt]. Tất cả các pháp trên con đường tu tập cũng hiển lộ trong *căn bản thể*, nhưng với hình thức của những phẩm hạnh, và tất cả các pháp thuộc về Phật quả thành tựu thì hiển lộ với hình thức của khả năng tính. Tương tự, trong các bản văn của phái Nyingma chúng ta cũng thấy có những nội dung như *"sự đồng đẳng của căn và quả"*.

which correspond not only to phenomena related to the basis of purification as they occur on the ordinary level, such as death, intermediate state and rebirth, but also to features of the resultant state of Buddhahood, the three bodies of the Buddha.

Highest Yoga Tantra explains the term tantra on three levels, causal tantra, which is the basis, method tantra which is the path and resultant tantra. All three levels of tantra arise from the fundamental innate mind of clear light.

If you understand the significance of this, you will understand the explanation of the Sakya tradition which speaks of a causal tantra called the basis of all, or the fundamental basis, referring to the mandala and the deities within it, all of which actually arise from this fundamental basis.

This tradition explains that the fundamental basis is present in our basic faculties and all phenomena on an ordinary level in the form of characteristics. All the phenomena on the path are present within this fundamental basis in the form of qualities, and all the phenomena of resultant state of Buddhahood are present within this fundamental basis in the form of potential. Similarly, we find statements such as 'the equality of the basis and the result' in the writings of the Nyingmapa.

Vì tất cả các pháp thuộc [Phật] quả thành tựu là viên mãn và hiển lộ trong *căn bản thể* với hình thức khả năng tính, nên chúng ta cũng có thể hiểu được những nội dung như là tính bất khả phân giữa Phật thân và Phật trí. Tuy nhiên, việc nhận hiểu đúng đắn những nội dung và khái niệm này cũng rất quan trọng, vì nếu không sẽ có nguy cơ đưa ra xác quyết sai lầm kiểu như quan điểm của phái Số luận, cho rằng cái chồi cây [vốn đã] hiện hữu cùng thời điểm với hạt giống sinh ra nó.

Duy trì một khuynh hướng nhận thức rốt ráo như thế, chúng ta sẽ có thể nhận hiểu được điều mà ngài Di-lặc đã viết trong luận Tương tục Tối thượng rằng: *"Tất cả những ô nhiễm của tâm thức chỉ là giả tạm và do ngoại duyên mà sinh; tất cả phẩm tính của tâm đều hiển lộ trong nó hoàn toàn tự nhiên."* Nói như vậy không có nghĩa là tất cả những phẩm tính và sự chứng ngộ của tâm thức thực sự đang hiện hữu trong tâm, mà là chỉ tồn tại trong hình thức khả năng tính, bởi vì tất cả những điều đó đều hiển lộ như là khả năng tính trong tâm quang minh bản sơ. Từ cách nhìn này, ta cũng có thể hiểu được những nội dung như là *"nhận biết được chân tâm bản tánh cũng tức là đạt đến giác ngộ viên mãn"*.

Cũng có những đoạn văn tương tự trong các tantra khác, chẳng hạn như tantra Hỷ Kim cang (Hevajra), nói rằng: *"Hết thảy chúng sanh hữu tình vốn đã giác ngộ viên mãn nhưng bị che chướng bởi những nhiễm ô trong tâm thức."* Tantra Thời luân

Since all the phenomena of the resultant state are complete or present in this fundamental basis in the form of potential, we can also understand such statements as the body of the Buddha and his wisdom being inseparable. But it is also important to understand these statements and concepts correctly, otherwise there is a danger of mistakenly asserting something like the Enumerator's (Samkhya) view that the sprout is present at the time of its seed.

Keeping the ultimate intent of such points in mind, we can understand that what Maitreya wrote in his Sublime Continuum, 'all the stains of the mind are temporary and adventitious, all the qualities of the mind are present within it naturally' doesn't mean that all the qualities and realizations of the mind are actually present within the mind, but exist in the form of potential, because all of them are present as potential in the fundamental innate mind clear light. From this point of view we can also understand such statements as, 'recognizing one's true nature is equivalent to becoming totally enlightened'.

There are similar passages in other tantras such as Hevajra tantra where we read, 'sentient beings are completely enlightened, but they are obscured by mental stains'. The Kalachakra tantra also speaks

cũng hết sức nhấn mạnh vào tâm quang minh bản sơ nội tại này, nhưng sử dụng từ ngữ khác, gọi là *"biến mãn kim cang không giới"*.

Trong tác phẩm *"Minh đăng chiếu thứ đệ ngũ đạo phẩm"*, chú giải về 5 đạo phẩm thuộc giai đoạn thành tựu [đạo quả] được nói trong tantra *Bí mật tập hội*, ngài Long Thụ dạy rằng, hành giả trụ vào một trạng thái thiền ảo hóa sẽ nhận thức tất cả hiện tượng theo cùng khuynh hướng đó. Điều này hàm ý rằng, ở giai đoạn thành tựu [đạo quả], khi hành giả có đủ khả năng khởi tâm trong một thân hết sức vi tế, thuật ngữ gọi là *ảo hóa thân*, vốn là bản chất của năng lượng và tâm thức vi tế nhất, hành giả ấy sẽ mở rộng nhận thức đến tất cả hiện tượng, nhận thức về chúng như là những hiển lộ của tâm quang minh bản sơ này.

Và cho dù chúng ta có thể là có khả năng nhận hiểu về tất cả chúng sanh như là những hiển lộ của tâm quang minh bản sơ nội tại, bởi vì xét đến cùng thì đây là cội nguồn căn bản mà từ đó tất cả được sinh khởi, nhưng vấn đề đặt ra ở đây là, làm sao chúng ta có thể biện minh một cách hợp lý rằng toàn cõi pháp giới cũng đều là sự hiển lộ của tâm quang minh bản sơ nội tại này? Tôi không nghĩ ở đây có thể viện dẫn rằng pháp giới, hay tất cả các pháp, đều thuộc về bản chất của tâm thức, cho dù tư tưởng của trường phái Duy thức trong Phật giáo luôn cho rằng đó chính là bản chất của toàn bộ thực tại bên ngoài. Ý nghĩa ở đây có phần hơi khác biệt. Chúng ta nên

very emphatically on this point, the fundamental innate mind of clear light, but it employs different terminology, giving it the name 'all pervasive vajra space'.

In his commentary on the fivefold completion stage of Guhyasamaja tantra, Lamp Illuminating the Five Stages, Nagarjuna mentions that the practitioner abiding in an illusory meditation perceives all phenomena in the same aspect. The implication here is that at the completion stage, when the practitioner is able to arise in a very subtle body, technically known as an illusory body, which is of the nature of the very subtlest energy and mind, he extends his perception to all phenomena, perceiving them as manifestations of this fundamental mind of clear light.

Now, although we may be able to understand perceiving all living beings as manifestations of the fundamental innate mind of clear light, because ultimately this is the fundamental source from which they all arose, the questions, how logically do we justify the whole environment being a manifestation of this fundamental innate mind of clear light? I don't think the reference here is to the environment or phenomena being of the nature of the mind, although the Mind Only School of Buddhist thought maintains that is the nature of all external reality. Here the meaning is slightly different. We should understand the whole

hiểu về toàn cõi pháp giới, nghĩa là tất cả các hiện tượng bên ngoài, như là những sáng tạo, hiển lộ hay trình hiện của tâm quang minh bản sơ nội tại này, thay vì là thuộc về bản chất của nó.

Như vậy, khi một người trải nghiệm sự hiển lộ của tâm quang minh bản sơ nội tại này, vốn là cấp độ vi tế nhất của tâm thức, thì vào lúc đó toàn bộ các cấp độ thô trược của những tiến trình năng lượng và tinh thần đều mất đi hay tan rã. Những gì hiển lộ trước tâm thức ở mức độ [vi tế] như thế đều chỉ là tánh Không thanh tịnh.

Trong Mật thừa có những kỹ năng và phương pháp được giảng giải để giúp cho hành giả có thể vận dụng được tâm quang minh bản sơ nội tại, vốn được hiển lộ một cách tự nhiên vào thời điểm lâm chung hay những thời điểm khác. Nói chung, theo hệ thống kinh điển thì thời khắc cuối cùng của một tâm thức đang chết đi được cho là vô ký, mặc dù rất vi tế. Nhưng trong tantra có những phương pháp được giảng giải để [giúp hành giả] vận dụng tích cực trạng thái tâm thức [khi lâm chung] đó, bằng cách chuyển hóa nó thành một điều gì đó hiền thiện.

Trong các tác phẩm của một bậc Đạo sư Ấn Độ là Thế Thân, tôi từng thấy nói rằng, so với các tâm thái xấu ác thì các tâm thái hiền thiện mạnh mẽ hơn. Theo một quan điểm thì lý do của điều này là vì các tâm thái hiền thiện có một nền tảng vững chắc, bởi chúng hợp lý và không sai lầm. Một lý do khác nữa là chỉ có những tâm thái hiền thiện mới có thể

environment, all external phenomena, as creations, manifestations or appearances of this fundamental innate mind of clear light, rather than being of the nature of it.

So, when a person goes through the manifest experience of this fundamental innate mind of clear light, which is the subtlest level of the mind, at that point all the gross levels of energy and mental processes are withdrawn or dissolved. What then appears to the mind at such a level is only pure emptiness.

In tantra, techniques and methods are explained by which a person is able to utilize the fundamental innate mind of clear light that naturally manifests at the time of death or other occasions. Generally, in the sutra system, the last moment of a dying consciousness is said to be neutral though very subtle, but methods are explained in tantra to put that state of mind to positive use, by generating it into something virtuous.

I have read in the works of the Indian master Vasubhandu that compared to negative states of mind, virtuous states are more powerful. The reason being, from one point of view, that virtuous states of mind have a valid basis because they are rational and unmistaken. Another reason is that it is only virtuous states of mind that can be generated at moments of generating the fundamental innate mind of clear light,

khởi sinh vào những thời điểm phát khởi tâm quang minh bản sơ nội tại, như vào lúc chết hoặc thậm chí kéo dài sau khi chết. Các tâm thái xấu ác không bao giờ có thể khởi sinh một khi tâm quang minh bản sơ nội tại đã bắt đầu hiển lộ.

Các quan điểm về Đại Ấn (Mahamudra) của dòng Kagyu và Đại Toàn Thiện (Dzogchen) [của dòng Nyingma] đều gặp nhau ở cùng một điểm: sự nhận hiểu về tâm quang minh bản sơ nội tại.

Quý vị cũng có thể hỏi rằng, thông thường thì [giáo pháp] Đại Toàn Thiện được trình bày như là đỉnh cao nhất của 9 thừa, vì lý do là khi tu tập theo pháp này chúng ta vận dụng giác tánh cơ bản của mình, trong khi với các thừa trước đó thì ta sử dụng ý thức [để tu tập]. Nếu đúng là như vậy, thì sao có thể nói rằng quan điểm của Đại Toàn Thiện dẫn đến cùng một sự nhận hiểu về tâm quang minh bản sơ nội tại, vốn cũng được nói đến trong Tối thượng Du-già Mật thừa?

Câu trả lời đã được một bậc thầy Đại Toàn Thiện là Tenpai Nyima đưa ra. Ngài dạy rằng, trong khi Tối thượng Du-già Mật thừa quả thật nhấn mạnh nhiều đến việc khám phá và phát triển tâm quang minh bản sơ nội tại, thì đồng thời đây cũng là một đặc điểm của tu tập theo Đại Toàn Thiện. Sự khác biệt nằm ở phương pháp được hai bên áp dụng.

Trong các pháp môn của Tối thượng Du-già Mật thừa, những kỹ năng để khám phá và phát triển tâm quang minh bản sơ nội tại được giảng giải như

such as the time of death, and even extended beyond it. Negative states of mind could never be generated once the fundamental innate mind of clear light has become manifest.

The view of the Great Seal, the Mahamudra of the Kagyu tradition, and the view of the Great Perfection, Dzogchen, all come down to the same point - understanding the fundamental innate mind of clear light.

You might want to question that, because normally the Great Perfection is presented as the peak of the nine vehicles for the reason that in practicing it we utilize our basic awareness, while in the preceding vehicles, we used our minds. If that is the case, how can we say that the view of the Great Perfection comes to the same thing that is an understanding of the fundamental innate mind of clear light, which is also referred to in Highest Yoga Tantra?

The answer to this question has been given by the Dzogchen master Tenpai Nyima. He says that, while it is true that in Highest Yoga Tantra much emphasis is given to exploring and developing the fundamental innate mind of clear light, this is also a feature of Great Perfection practice. The difference lies in their methods.

In Highest Yoga Tantra practices, techniques for exploring and developing the fundamental innate mind

một quá trình tiệm tiến, đi dần từ giai đoạn phát khởi tiến dần qua các giai đoạn thành tựu tiếp theo sau, và cuối cùng là sự thành tựu tâm quang minh. Trong tu tập Đại Toàn Thiện thì sự phát triển và tăng tiến tâm quang minh bản sơ nội tại được giảng giải không phải như một quá trình tiệm tiến, mà như sự nắm bắt trực tiếp chính tự thân tâm quang minh đó, ngay từ lúc khởi đầu, bằng cách sử dụng giác tánh cơ bản của chúng ta.

Khi nghiên cứu Tối thượng Du-già Mật thừa, chúng ta phải luôn nhớ rằng, trong các luận giải Mật thừa thì mỗi một từ ngữ đơn độc có thể có nhiều cấp độ hàm nghĩa khác nhau, cũng giống như trường hợp các kinh trong hệ thống Bát-nhã mà chúng ta đã thảo luận ở trước, vốn có 2 tầng ý nghĩa để diễn dịch, một tầng nghĩa rõ rệt qua văn tự và một tầng nghĩa ẩn tàng. Trong trường hợp các tantra, sự diễn dịch ý nghĩa còn sâu sắc hơn rất nhiều, mỗi một từ ngữ có thể có nhiều tầng nghĩa và cách diễn dịch khác biệt nhau.

Người ta cho rằng một từ ngữ trong tantra có thể có đến 4 cách nhận hiểu, 4 cách giảng giải. (1) Thứ nhất là ý nghĩa rõ rệt qua văn tự; (2) thứ hai là sự giảng giải ý nghĩa đó theo cách thường gặp trong hệ thống kinh điển và các tantra ngoại mật; (3) thứ ba là ý nghĩa ẩn tàng, bao gồm ba loại: một là ẩn tàng phương pháp để vận dụng dục vọng vào con đường tu tập, hai là ẩn tàng sự hiển lộ, ba là ẩn tàng chân lý [tương đối] theo quy ước, hay tục đế - ảo hóa thân;

of clear light are explained as a very gradual process leading from the generation stage on to the subsequent stages of completion, and eventually to actualization of the clear light. In the practice of Great Perfection the development and enhancement of the fundamental innate mind of clear light has been explained, not as a gradual process, but as directly grasping the mind of clear light itself, right from the beginning, by using our basic awareness.

When studying Highest Yoga Tantra, we must keep in mind that in tantric treatises, a single word can have many different levels of interpretation, just as in the case of the Perfection of Wisdom sutras that we discussed earlier, which had two levels of interpretation, a literal meaning and a hidden meaning. In the tantric case, the interpretation is much deeper; one word can have many different levels of meaning and interpretation.

It is said that one word of the tantra can have four interpretations, four modes of explanation: the literal meaning; the explanation common to the sutra system and the lower tantras; the hidden or concealed meaning which is of three types: - that which conceals the method for taking desire into the path, that which conceals appearance, and that which conceals conventional truth the illusory body; and finally, the

và cuối cùng, (4) thứ tư là ý nghĩa rốt ráo, ở đây chỉ đến sự hợp nhất và trong sáng tuyệt đối.

Ngoài ra còn có một cách diễn dịch gọi là 6 giới hạn, bao gồm các phạm trù (1) nghĩa diễn dịch và (2) nghĩa xác quyết, (3) nghĩa tác ý và (4) nghĩa phi tác ý, (5) nghĩa văn tự và (6) nghĩa phi văn tự.

Trong phương thức tiếp cận tantra phức tạp này, có 2 cách để thực sự giảng giải tantra cho người học. Một là giảng giải công khai trước hội chúng và hai là thông qua quan hệ trực tiếp giữa thầy và trò.

Để xác định giá trị của tu tập Mật thừa như một pháp môn của đạo Phật mà cuối cùng sẽ đưa đến thành tựu Phật quả, trong các luận giải Mật điển luôn có tham chiếu đến các tiến trình [tương ứng] theo kinh điển. Sự phức tạp và những khác biệt tinh tế trong rất nhiều tantra là do có khác biệt về căn tánh, thể trạng... của từng hành giả. Vì thế, các tantra luôn bắt đầu với một đoạn khai mở xác định rõ những phẩm chất thích hợp cần phải có ở hành giả [muốn tu tập theo tantra đó]. Có 4 loại hành giả tu tập theo Mật thừa, loại vượt trội hơn hết được gọi là các hành giả quý như châu báu.

Mục đích của việc giảng giải các tantra cho một hành giả thích hợp theo phương cách phức tạp đến như thế là nhằm giúp hành giả nhận biết được hai chân lý. Hai chân lý ở đây không chỉ đến hai chân lý được giảng giải trong hệ thống kinh điển, tức là chân lý tuyệt đối (chân đế) và chân lý tương đối (tục đế).

ultimate meaning, which refers here to the ultimate clear light and union.

There is also a mode of interpretation called the six boundaries: the interpretive and definitive, the intentional and non-intentional, the literal and non-literal meaning.

In this complex approach to tantra, there are two ways of actually explaining it to the disciples. One refers to the presentation given at a public teaching or gathering and the other refers to the manner of the teacher-disciple relationship.

In order to validate the practice of tantra as a Buddhist practice that will eventually lead to the achievement of Buddhahood, reference is always made in tantric treatises to the mode of procedure on the sutra path. The complexity and subtle differences in the various tantras are due to the differences in the practitioners' mental disposition, physical structure and so on. Therefore, tantras begin with a preface in which the qualifications of the appropriate trainees are identified. There are four types of practi-tioners of tantra, the chief being called the jewel-like practitioners.

The purpose of explaining the tantras to an appropriate trainee in such a complex way is to enable the trainee to realize the two truths. The two truths here do not refer to the two truths explained in the sutra system, which are ultimate and conventional truths.

Đây là hai chân lý trong bối cảnh [tu tập theo] Tối thượng Du-già Mật thừa.

Theo sự giảng giải chân đế và tục đế trong kinh điển thì khi đưa vào bối cảnh của sự tu tập theo Tối thượng Du-già Mật thừa hẳn đều sẽ trở thành tục đế. Phương thức diễn dịch luận giải Mật điển như thế này được nói rõ trong một tantra là Kim cang Bát-nhã Yếu lược, vốn là một tantra giảng giải.

Một đặc điểm của tantra là hầu như tất cả các tantra đều bắt đầu với 2 từ *eh* và *wam*. Hai mẫu tự này hàm chứa toàn bộ ý nghĩa của tantra, không chỉ là nghĩa văn tự, mà còn là nghĩa xác quyết của các tantra. Tất cả tantra, vì là các luận giải nên được biên soạn với nhiều mẫu tự khác nhau, mà suy cho cùng đều được sinh ra từ các nguyên âm và phụ âm, nên tất cả đều được hàm chứa trong 2 mẫu tự *eh* và *wam* này, và vì toàn bộ ý nghĩa của tantra được bao gồm trong 3 yếu tố: căn bản tu tập, đạo pháp tu tập và đạo quả thành tựu *(căn, đạo, quả)*, nên tất cả những điều này đều được bao hàm trong ý nghĩa của [hai mẫu tự] *eh* và *wam*.

Hai mẫu tự *eh* và *wam* thực sự hàm chứa tất cả chủ đề quan trọng của Mật thừa, như ngài Nguyệt Xứng đã giải thích khi tóm tắt toàn bộ nội dung của tantra vào một bài kệ trong bản luận giải Minh Đăng Luận nổi tiếng của ngài. Bản luận giải này nổi tiếng đến nỗi có một thời người ta từng nói rằng, cũng giống như bầu trời có 2 nguồn sáng là mặt trời và mặt trăng, thế giới này có 2 nguồn minh triết là

These are the two truths in the context of Highest Yoga Tantra.

According to the sutra explanation, both ultimate and conventional truths in the context of the Highest Yoga Tantra would both be conventional truths. This mode of interpreting a tantric treatise is explained in a tantra called Compendium of Wisdom Vajras, which is an explanatory tantra.

One feature of tantra is that almost all the tantras began with two words E warn. These two letters encompass the entire meaning of tantra, not only the literal, but also the definitive meaning of tantras. All tantras, because they are treatises, are composed of many different letters, which ultimately are all derived from vowels and consonants, therefore all of them are contained in these two letters E warn and since the entire meaning of tantra is encompassed in the three factors, base, path and result, all of them are also included in the meaning of E warn.

E warn actually encompasses the entire subject matter of tantra, as Chandakirti explained when he summarized the whole content of tantra in one verse in his renowned commentary the Brilliant Lamp. It was so famous that at one time it was said that just as the sun and the moon are the two sources of light in the sky, on earth there are two sources of clarity, referring to Clear Words, which is Chandakirti's commentary

Minh Cú luận, luận giải của ngài Nguyệt Xứng về Trung quán luận của ngài Long Thụ, và Minh Đăng luận, bản luận giải mở rộng của ngài về tantra Bí Mật Tập Hội.

Bài kệ đó như sau:

Giai đoạn phát khởi, thành tựu thân bổn tôn là trước nhất.

Thiền quán về bản chất của tâm là thứ hai.

Thành tựu vững vàng về tục đế là thứ ba.

Tịnh hóa tục đế là thứ tư.

Hợp nhất chân đế và tục đế là thứ năm.

Về cơ bản, đây là toàn bộ chủ đề quan trọng của Tối thượng Du-già Mật thừa. Luận giải của ngài Nguyệt Xứng đã phân chia toàn bộ con đường tu tập Mật thừa thành năm giai đoạn, một giai đoạn *phát khởi* và bốn giai đoạn *thành tựu*.

Có những giai đoạn khác nhau trên con đường tu tập nên cũng có các quán đảnh khác nhau, là những yếu tố để làm thuần thục cho các pháp tu này.

Pháp quán đảnh [đầu tiên] cho phép hành giả bắt đầu tu tập giai đoạn phát khởi được gọi là *quán đảnh bình*. Hành giả khi đi vào tu tập thân ảo hóa sẽ bao gồm ba sự xả ly: *thân xả ly, ngữ xả ly* và *tâm xả ly*, vốn thực sự là những chuẩn bị cần thiết cho [thành tựu] thân ảo hóa, và các tu tập này tạo thành 3 giai đoạn đầu trong 4 giai đoạn thành tựu.

to Nagarjuna's Treatise on the Middle Way and his Brilliant Lamp, which is his extensive commentary to the Guhyasamaja Tantra.

The verse says,

The generation stage actualizing the deity's body is first,

Meditation on the nature of the mind is second;

Attaining a stable conventional truth is third,

Purification of conventional truth is fourth,

Conjoining the two truths in union is fifth.

In essence this is the entire subject matter of Highest Yoga Tantra. Chandakirti's treatise divides the entire tantric path into five stages; the generation stage and the four stages of completion stage.

Just as there are different stages on the path, so there are different initiations which are ripening factors for these paths.

The initiation that empowers the practitioner to undertake the generation stage is called the vase initiation. The factor that empowers the practitioner to undertake the practice of the illusory body, which includes the three isolations; isolated body, isolated speech and isolated mind that are actually preliminaries to the illusory body and make up the three first stage of

Pháp quán đảnh thứ hai cho phép hành giả bắt đầu tu tập thân ảo hóa này là *quán đảnh mật*. Với pháp *quán đảnh* [thứ ba là] *tri kiến trí huệ*, hành giả sẽ được phép bắt đầu thiền quán về tâm quang minh. Và với pháp quán đảnh thứ tư, hành giả được phép tiến hành thiền quán về sự hợp nhất.

Hỷ lạc và tánh Không

Thuật ngữ "hợp nhất" có 2 ý nghĩa khác nhau. Một là sự hợp nhất giữa tánh Không và hỷ lạc, và hai là sự hợp nhất giữa tục đế và chân đế. Khi chúng ta nói về sự hợp nhất trong ý nghĩa [sự hợp nhất giữa] tục đế và chân đế, thì sự hợp nhất giữa tánh Không và hỷ lạc là một vế và vế thứ hai là thân ảo hóa. Khi hai vế này được hợp nhất hay kết nối bất khả phân, chúng tạo thành sự hợp nhất của hai chân lý (chân đế và tục đế).

Sự hợp nhất giữa tánh Không với hỷ lạc có một ý nghĩa là, trí tuệ nhận hiểu tánh Không được kết hợp với hỷ lạc – trí tuệ này được khởi sinh trong phương diện hỷ lạc, cho nên cả hai chỉ là một thực thể. Một cách diễn dịch khác nữa về sự kết hợp giữa hỷ lạc và tánh Không là, vì hành giả vận dụng một tâm thái hỷ lạc để nhận hiểu tánh Không nên một sự nhận biết tánh Không thông qua tâm thái hỷ lạc như thế được gọi là sự hợp nhất giữa hỷ lạc và tánh Không.

the completion stage, is the second or secret initiation. With the wisdom knowledge initiation, the practitioner is empowered to undertake meditation on clear light. And with the fourth initiation, the practitioner is empowered to undertake meditation on union.

Bliss and Emptiness

There are two different connotations of the term 'union'. One is the union of emptiness and bliss and the other is the union of conventional and ultimate truths. When we speak of union in the sense of conventional and ultimate truth, the union of emptiness and bliss is one part of the pair and the illusory body is the other. When these two are united or inseparably conjoined, they form the union the two truths.

One meaning of the union of emptiness and bliss is that the wisdom realizing emptiness is conjoined with bliss - the wisdom realizing emptiness is generated in the aspect of bliss, such that they are one entity. Another interpretation of joining bliss and emptiness is that you utilize a blissful state of mind to realize emptiness and such a realization of emptiness through that blissful state of mind is called the union of bliss and emptiness.

Còn về trình tự đạt đến hỷ lạc và sự nhận hiểu tánh Không thì có hai phương thức. Trong một số trường hợp, sự trải nghiệm về một tâm thái hỷ lạc xuất hiện trước, và theo sau đó là sự nhận hiểu tánh Không. Tuy nhiên, đối với hầu hết các hành giả Tối thượng Du-già Mật thừa thì sự nhận hiểu tánh Không đến trước khi thực sự kinh nghiệm tâm thái hỷ lạc.

Sự nhận biết tánh Không của một số hành giả [Tối thượng Du-già Mật thừa] nào đó có thể không trọn vẹn như theo trường phái Trung quán Cụ duyên. Họ có thể vẫn bám theo quan điểm về tánh Không như được đưa ra bởi Du-già Hành tông hay Trung quán Y tự khởi, nhưng bằng cách vận dụng một số kỹ năng thiền tập nào đó của Mật thừa, chẳng hạn như phát khởi nội hỏa, hay khai thông các sinh điểm trọng yếu trong cơ thể bằng khí du-già, hành giả có thể làm sinh khởi một kinh nghiệm hỷ lạc. Điều này cuối cùng có thể dẫn đến một trạng thái mà [khi ấy] hành giả có thể có đủ khả năng để trút bỏ hoặc làm tan rã các năng lượng hay tâm thức ở cấp độ thô trược.

Một kinh nghiệm ở cấp độ sâu xa đến như thế, khi được kết hợp với một chút hiểu biết về tánh Không, có thể dẫn đến một sự nhận hiểu tinh tế hơn về tánh Không, một sự nhận hiểu rằng tất cả các hiện tượng chỉ là sự quy gán của tinh thần, chỉ là sự định danh, quy gán lên thực tại căn bản vốn không hề tồn tại theo tự tính sẵn có v.v... Đối với những

As to the sequence for attaining bliss and the realization of emptiness there are two modes. In some cases, experience of a blissful state of mind comes first, followed by the realization of emptiness. However, for most practitioners of Highest Yoga Tantra, realization of emptiness precedes the actual experience of bliss.

Certain practitioners' realization of emptiness may not be as complete as that of the Middle Way Consequentialist School. They may adhere to a view of emptiness as propounded by the Yogic Practitioner or Middle Way Autonomist schools, but by applying certain tantric meditative techniques, such as ignition of the inner heat, or penetrating the vital points of the body through wind yoga, you may be able to generate an experience of bliss. This may eventually lead to a state where you are able to withdraw or dissolve the gross level of mind or energies.

Such a deep level of experience, when conjoined with a little understanding of emptiness, may lead to a subtler understanding of emptiness, an understanding that all phenomena are mere mental imputations, mere designations, imputed to the basis, lacking inherent

hành giả thuộc loại này, hỷ lạc được đạt đến sớm hơn và sự nhận hiểu về tánh Không sẽ theo sau.

Những hành giả có căn cơ bén nhạy, vốn là hàng đệ tử chủ yếu của Tối thượng Du-già Mật tông, thường phải rèn luyện một nhận thức về tánh Không trước khi được tiếp nhận pháp quán đảnh Tối thượng Du-già Mật thừa. Vì thế, với hành giả thuộc loại này thì trí tuệ nhận hiểu tánh Không sẽ đạt được sớm hơn kinh nghiệm hỷ lạc.

Trong một buổi thực hành thiền Mật thừa, một hành giả có căn cơ bén nhạy sử dụng những phương pháp như phát khởi nội hỏa, hay du-già bổn tôn, hay khai thông các sinh điểm trọng yếu trong cơ thể bằng khí du-già v.v... Thông qua sự thúc đẩy của dục vọng đã sinh khởi, hành giả này sẽ có khả năng hòa nhập tâm thức giác ngộ hay các yếu tố trong cơ thể mình và trải nghiệm một trạng thái đại hỷ lạc. Vào thời điểm này, kinh nghiệm sẽ không có sự khác biệt cho dù hành giả là nam giới hay nữ giới. Hành giả sẽ nhớ lại sự nhận hiểu về tánh Không và kết hợp sự nhận hiểu đó với kinh nghiệm đại hỷ lạc.

Đại hỷ lạc được trải nghiệm theo cách như thế nào? Đó là khi tâm thức giác ngộ hay các yếu tố trong cơ thể được tan hòa, hành giả trải nghiệm một cảm giác thể chất trong phạm vi kinh mạch trung tâm, làm sinh khởi một kinh nghiệm hỷ lạc cực kỳ mạnh mẽ. Và kinh nghiệm này đến lượt nó lại tiếp tục mang lại một niềm hỷ lạc tinh thần tinh tế. Lúc đó, khi thiền giả nhớ lại sự nhận hiểu về tánh Không

existence and so on. For that type of person bliss is attained earlier and the realization of emptiness later.

The practitioner with sharp faculties, who is the main trainee of Highest Yoga Tantra, should be equipped with a realization of emptiness before taking a Highest Yoga Tantra initiation. For such a practitioner, therefore, the wisdom realizing emptiness is attained earlier than experience of bliss.

During an actual tantric meditation session a practitioner with sharp high faculties uses methods such as ignition of the inner heat, or deity yoga, or penetrating vital points of the body through wind yoga and so on. Through the force of desire which he has generated, he is able to melt the mind of enlightenment or elements within his body and experiences a state of great bliss. At this point the experience is the same whether the practitioner is male or female. He or she recollects the realization of emptiness and conjoins it with the experience of great bliss.

The way great bliss is experienced is that when the minds of enlightenment or elements within the body are melted, you experience a physical sensation within the central channel which gives rise to a very powerful experience of bliss. This in turn induces a subtle mental bliss. When the meditator then recollects his or her understanding of emptiness, the experience of

[đã có], kinh nghiệm hỷ lạc tinh thần này sẽ được kết hợp với sự nhận hiểu đó. Đó là sự kết hợp giữa hỷ lạc và tánh Không.

Theo sự giải thích của Mật thừa, ở đây khi ta nói về một kinh nghiệm hỷ lạc là đang chỉ đến: (1) hỷ lạc khởi sinh từ sự phóng xuất của yếu tố tinh dịch, (2) hỷ lạc khởi sinh từ sự chuyển động của yếu tố đó trong kinh mạch, và (3) hỷ lạc khởi sinh qua trạng thái hỷ lạc bất biến. Trong tu tập Mật thừa thì chính các loại hỷ lạc thứ hai và thứ ba mới được sử dụng để nhận hiểu tánh Không.

Vì việc sử dụng hỷ lạc để nhận hiểu tánh Không là cực kỳ quan trọng nên chúng ta thấy có nhiều vị bổn tôn thiền trong Tối thượng Du-già Mật thừa [được trình bày] trong sự hợp nhất với một vị phối ngẫu. Như tôi đã giải thích trước đây, kinh nghiệm hỷ lạc này rất khác biệt với kinh nghiệm hỷ lạc của ái dục tầm thường.

Cái chết, trạng thái trung ấm và sự tái sinh

Vì sự tu tập Tối thượng Du-già Mật thừa là nhằm mang lại lợi lạc cho hành giả, vốn sẵn có cấu trúc thân thể với 6 yếu tố, nên những tiến trình tu tập đều tương tự như các kinh nghiệm thông thường và có các đặc điểm tương đồng với

mental bliss is conjoined with it. That is the conjunction of bliss and emptiness.

According to the tantric explanation, when we speak of a blissful experience here, we are referring to the bliss that is derived from the emission of the element of regen-erative fluid, another type of bliss which is derived from the movement of that element within the channels, and a third type of bliss which is derived through the state of immutable bliss. In tantric practice it is the two latter types of bliss that are utilized for realizing emptiness.

Because of the great significance of utilizing bliss in the realization of emptiness we find that many of the meditational deities in Highest Yoga Tantra are in union with a consort. As I explained before, this experience of bliss is very different from the ordinary bliss of sexual experience.

Death, Intermediate State and Rebirth

Since the practice of Highest Yoga Tantra is intended to benefit the trainee or practitioner whose physical structure possesses the six constituents, the processes of the path resemble ordinary experiences

những kinh nghiệm của cái chết, trạng thái trung ấm và sự tái sinh.

Nhờ vào cấu trúc thân thể độc đáo của mình, nên con người luôn tự nhiên trải qua 3 giai đoạn: cái chết, trạng thái trung ấm và sự tái sinh. Cái chết là một trạng thái khi tất cả các tầng bậc thô trược của tâm thức và năng lượng đều mất đi hay tan hòa vào những tầng bậc tâm thức và năng lượng vi tế nhất. Chính vào thời điểm đó, chúng ta kinh nghiệm được tâm thức tịnh quang của sự chết. Sau đó, chúng ta nhận lấy một thân vi tế được biết như là trạng thái trung ấm, và khi một chúng sinh trung ấm nhận lấy một thân thô trược hơn, có thể được nhìn thấy bởi những chúng sinh khác, thì chúng sinh ấy đã tái sinh vào một đời sống mới.

Mặc dù chúng ta trải qua những trạng thái này một cách tự nhiên, nhưng các ngài Long Thụ và Thánh Thiên có mô tả trong các luận giải những kỹ năng và phương pháp độc đáo mà nhờ đó hành giả có thể vận dụng những kinh nghiệm này một cách tích cực. Thay vì trải qua những trạng thái ấy một cách hoàn toàn thụ động, hành giả có thể đạt đến sự kiểm soát và sử dụng chính ba trạng thái này để đạt đến sự thành tựu Phật quả.

Những tiến trình để đạt đến ba thân Phật - Pháp thân, Báo thân và Ứng hóa thân - có những đặc điểm tương tự với các trạng thái chết, trung ấm và tái sinh. Vì thế khả năng sử dụng chính những trạng thái này để đạt đến ba thân Phật là điều có thể được.

and have similar features to the experiences of death, intermediate state and rebirth.

Because of human beings' unique physical structure, they naturally pass through three stages: death, intermediate state and rebirth. Death is a state when all the gross levels of mind and energy are withdrawn or dissolved into their subtlest levels. It is at that point that we experience the clear light of death. After that we assume a subtle body known as the intermediate state and when the intermediate state being assumes a coarser body, visible to other persons, it has taken rebirth into a new life.

Although we naturally pass through these different states, in their tantric treatises, Nagarjuna and Aryadeva have described unique techniques and methods whereby practitioners can put these experiences to positive use. Rather than go through them helplessly, can gain control of these three states and use them to achieve the resultant state of Buddhahood.

The procedures for achieving the three bodies of Buddha, the Truth Body, Enjoyment Body and Emanation Body, have features similar to the states of death, intermediate state and rebirth. Thus, there is a possibility of achieving the three bodies by utilizing these three states.

Theo sự giảng giải của Tối thượng Du-già Mật thừa về tu tập thiền quán ba thân Phật, bất kỳ sự tu tập nào thuộc giai đoạn phát khởi trong Tối thượng Du-già Mật thừa cũng đều phải kết hợp với ba trạng thái này.

Các bản văn của dòng Nyingma mô tả tiến trình này bằng các thuật ngữ khác, đề cập đến ba pháp định thay vì sự thiền quán về ba thân Phật, bao gồm *chân như định, hiện khởi định* và *nhân quả định*. Các pháp định này tương đương với các tu tập trong giai đoạn phát khởi của Du-già Mật thừa cũng như Tối thượng Du-già Mật thừa, bao gồm *thiền định phát khởi, thiền định mạn-đà-la chiến thắng* và *thiền định thắng hạnh*.

Thiền quán về ba thân Phật chỉ cho pháp thiền mà hành giả vận dụng cái chết, trạng thái trung ấm và sự tái sinh vào tiến trình tu tập. Chẳng hạn, việc vận dụng cái chết vào tiến trình tu tập như Pháp thân là khi hành giả chuyển hóa điều kiện của sự chết bằng sự quán tưởng hay hình dung trong suốt tiến trình của sự chết. Trên bình diện quán tưởng, hành giả trút bỏ hoặc hòa tan toàn bộ các tiến trình của tâm thức và năng lượng. Tiến trình chết bắt đầu với sự tan rã các yếu tố bên trong cơ thể, do đó mà có 8 giai đoạn, khởi đầu với sự tan rã của bốn đại là đất, nước, lửa và gió, tiếp theo là 4 giai đoạn mà về mặt thuật ngữ được gọi là các kinh nghiệm tâm thức màn trắng hiện hành, tâm thức màn đỏ tăng tiến, tâm thức màn đen cận mãn và tâm thức tịnh quang của sự chết.

As the path of Highest Yoga Tantra is explained in terms of meditation on the three bodies of the Buddha, any generation stage practice in Highest Yoga Tantra should incorporate these three aspects.

The Nyingma texts describe this process in different terms, referring to the three meditative stabilizations instead of the meditation on the three bodies, the meditative stabilization of such ness, the meditative stabilization of arising appearances and the causal meditative stabilization. These meditative stabilizations are equivalent to those generation stage practices explained in both Yoga Tantra and Highest Yoga Tantra, comprising the meditative stabilization of the initial stage, the victorious mandala meditative stabilization and the victorious activities meditative stabilization.

Meditation on the three bodies refers to the meditation in which you take death, intermediate state and rebirth into the process of the path. For instance, taking death into the process of the path as the Truth Body is where you transform the condition of dying by imagining or visualizing going through the process of death. On the imaginary level you withdraw and dissolve all the processes of your mind and energies. The death process begins with dissolution of elements within your own body; consequently it has eight stages starting with the dissolution of the earth, water, fire, and wind elements.

Trong giai đoạn phát khởi, hành giả chỉ trải nghiệm sự tan rã trên bình diện tưởng tượng, còn những kinh nghiệm sâu xa hơn được khởi sinh khi hành giả tiếp tục tiến trình tu tập và tăng tiến sự nhận hiểu của mình trong giai đoạn thành tựu. Cuối cùng thì sự tu tập sẽ giúp hành giả đạt đến khả năng trải qua toàn bộ kinh nghiệm của tiến trình chết thực sự.

Ngày nay, các nhà khoa học đã và đang tiến hành các cuộc thử nghiệm để khảo sát tiến trình chết, nhằm hiểu được về sự vận hành của cái chết. Tiến trình tan rã sẽ [được nhận biết] rõ rệt hơn ở người có tiến trình chết dần dần, chẳng hạn như người bị bệnh trong một thời gian dài, và trong trường hợp này [người quan sát] có thể đạt được những kết quả xác định hơn.

Hành giả Mật thừa đạt đến một trạng thái chứng ngộ bậc cao sẽ có khả năng nhận biết kinh nghiệm của sự chết là gì và sẽ có khả năng vận dụng tích cực kinh nghiệm đó, duy trì được sự tỉnh giác và không bị khống chế hoàn toàn bởi kinh nghiệm của sự chết. Nói chung, những người bình thường chỉ có thể ở trong tâm thức tịnh quang của sự chết tối đa là 3 ngày, nhưng một số thiền giả có thể an trú trong đó lâu đến một tuần hay hơn nữa. Dấu hiệu cho thấy một người [sau khi chết] vẫn đang ở trong tâm thức tịnh quang của sự chết là thân thể người ấy không bị phân hủy, cho dù mọi dấu hiệu bên ngoài có thể cho thấy là họ đã chết hẳn.

This is followed by four stages, technically referred to as the experiences of white appearance, red increase, black near attainment and the clear light of the death. This dissolution is experienced during the generation stage only on an imaginary level, while deeper experiences of the dissolution process arise as the practitioner progresses and advances in his realization during the completion stage. This will eventually lead to a point where he will be able to go through the experience of the actual death process.

Nowadays, scientists have been conducting experiments to examine the death process to find out how it works. The process of dissolution will be much clearer in a person going through the death process gradually, such as someone who has been sick for a long time, and more conclusive results may be achieved in this way.

A tantric practitioner who has attained an advanced state of realization will be able to recognize the experience of death for what it is and will be able to put it to positive use, maintaining his awareness and not simply being overwhelmed by it. Generally speaking, ordinary people may remain in the clear light of death for up to three days at most, but some meditators may abide in it for a week or more. What indicates that a person, although externally they may appear to be dead, has remained in the clear light of death, is that the body does not decompose.

Trong giai đoạn phát khởi, khi hành giả trải qua kinh nghiệm tịnh quang trên bình diện quán tưởng, đó cũng là lúc mà vị ấy sẽ nhập vào Không định.

Cũng giống như một người bình thường [chết đi rồi] vào trạng thái trung ấm và sau khi trải qua kinh nghiệm tịnh quang của sự chết thì nhận lấy một thân rất vi tế, trong giai đoạn phát khởi, hành giả sau khi xuất khỏi trạng thái Không định này sẽ nhận lấy một thân vi tế trên bình diện quán tưởng, vốn là yếu tố làm thuần thục trạng thái trung ấm. Đây là pháp thiền quán về Báo thân.

Và cũng giống như trên bình diện thông thường một chúng sinh trong trạng thái trung ấm sẽ nhận lấy một thân thô trược, là dấu hiệu của sự tái sinh vào một đời sống mới, thì một hành giả trong giai đoạn phát khởi, sau khi đã nhận một Báo thân, sẽ tiếp tục nhận lấy một Ứng hóa thân.

Có nhiều tài liệu hướng dẫn mô tả các pháp thiền quán trong giai đoạn phát khởi để hành giả tự phát khởi như một bổn tôn. Trong một số pháp tu, hành giả trước tiên tự khởi như một vị *kim cang trì nhân*, và sau đó là một vị *kim cang trì quả*. Trong những trường hợp khác, hành giả tự khởi thành vị bổn tôn thông qua một tiến trình được biết như là *"ngũ quán thành tựu"* v.v...

Trong giai đoạn phát khởi, mặc dù có rất nhiều cách tự quán tưởng mình như một vị bổn tôn theo các pháp tu được xem là rất quan trọng, nhưng phần quan trọng nhất trong thiền tập là khi hành giả

The point, at which the meditator goes through the experience of clear light on an imaginary level during the generation stage, is the point at which he or she should enter into meditative equipoise on emptiness.

Just as an ordinary person enters into the intermediate state and assumes a very subtle body following the experience of the clear light of death, in the generation stage practice, after arising from this meditative equipoise on emptiness, the practitioner assumes a subtle body on an imaginary level, which is the factor that ripens the inter-mediate state. This is meditation on the Enjoyment Body.

Then, just as on an ordinary level a person in the intermediate state assumes a gross physical body marking their rebirth into a new life, so a practitioner of the generation stage, following the adoption of an Enjoyment Body, assumes an Emanation Body.

There are many manuals describing meditations on the generation stage for generating yourself as a deity. In some practices you find yourself arising first as a causal vajra-holder and then as the resultant vajra-holder, in other cases, you find that you generate yourself into a deity through a process known as the 'five clarifications' and so forth.

Although there are a lot of ways to visualize yourself as a deity in the practices of the generation stage which are very important, the most significant

đặc biệt nhấn mạnh vào thiền quán về sự rộng lớn [của phương tiện] và thâm diệu [của trí tuệ] bằng cách nuôi dưỡng sự trong sáng rõ ràng của hình ảnh quán tưởng [về bổn tôn] và niềm tự hào thiêng liêng. Tôi đã từng đề cập đến điều này khi giải thích rằng hành giả cần phải nuôi dưỡng sự trong sáng rõ ràng của hình ảnh quán tưởng về bổn tôn và niềm tự hào thiêng liêng dựa trên sự quán tưởng [thành tựu] ấy.

Là một hành giả nghiêm túc, quý vị phải cố gắng thực hành tất cả các pháp thiền này, bao giờ cũng liên hệ thiền tập với những trạng thái tinh thần của chính mình và mức độ nhận thức, cũng như luôn quan sát sự thiền tập của chính mình xem có thoát được ra khỏi những ảnh hưởng của sự hôn trầm giải đãi và phấn khích [thái quá] hay không. Những pháp thiền như vậy cần phải được thực hành theo một cách thức kiên trì và phối hợp [lẫn nhau].

Để đạt đến và duy trì trạng thái định nhất tâm thì chướng ngại lớn nhất là sự xao lãng tinh thần. Sự xao lãng này bao gồm nhiều trạng thái tinh thần khác nhau, chẳng hạn như phân tán tư tưởng... Nhưng trong số các trạng thái khác nhau đó thì sự phấn khích tinh thần thái quá, hay trạo cử, là chướng ngại ghê gớm nhất. Trạo cử phát sinh khi tâm thức [bị thu hút và trở nên] xao lãng bởi một đối tượng được ưa thích. Để vượt qua và đối trị những trường hợp trạo cử như thế, thiền giả được khuyến khích hãy thử buông lỏng cường độ thiền tập, hoặc từ bỏ sự chú ý vào các đối tượng bên ngoài v.v... để giúp tâm thức có thể lắng dịu và an tĩnh trở lại.

184

part of the meditation is the point at which you give special emphasis to meditation on the vast and the profound by cultivating the clarity of the visualization and divine pride. I have already mentioned this when I explained that the practitioner should cultivate clarity in the visualization of the deity and divine pride based on that.

As a serious practitioner you should try to undertake all these meditations, always relating them to your own mental state and level of realization, and always watching that your own meditation is free from the influences of mental laxity and excitement. Such forms of meditation should be undertaken in a sustained and concerted manner.

The greatest obstacle to obtaining and maintaining single-pointedness of mind is mental distraction. This includes many different types of mental states, such as mental scattering, but amongst them all the greatest obstacle is mental excitement. This arises when your mind is distracted by a desirable object. In order to overcome and counteract such influences, the meditator is recommended to try to relax the intensity of the meditation, to withdraw the attention from external objects and so on, so that the mind can be calmed down.

Vì trạo cử xuất hiện khi tâm thức quá cảnh giác hoặc thiền tập quá căng thẳng, nên việc quán chiếu về [những điều như] bản chất khổ đau của luân hồi v.v... có thể sẽ hữu ích. Điều này sẽ giúp giảm nhẹ đi sự căng thẳng và cảnh giác thái quá.

Điều cần thiết để phát triển định lực nhất tâm vững chãi là phải có sự sáng rõ trong tâm thức cũng như sự sáng rõ của đối tượng, vì nếu không có sự sáng rõ thì cho dù hành giả có thể từ bỏ sự chú ý vào các đối tượng bên ngoài nhưng vẫn không có khả năng đạt đến [trạng thái] nhất tâm. Ở đây, sự sáng rõ có hai loại, sự sáng rõ của hình ảnh quán tưởng và sự sáng rõ của bản thân kinh nghiệm chủ quan. Yếu tố hủy hoại sự sáng rõ trong tâm thức chính là tâm trạng hôn trầm. Tâm trạng hôn trầm có thể vượt qua bằng cách nâng cao mức độ tỉnh giác.

Khi dấn thân vào thiền tập để phát triển định lực nhất tâm, hành giả cần phải tự quán xét để xem liệu tâm thức mình có quá căng thẳng hay quá buông lỏng v.v... Nhận biết đúng mức độ của tâm thức chính mình, hành giả sẽ có thể phát triển định lực nhất tâm một cách đúng đắn.

Vì đối tượng của thiền trong tu tập Tối thượng Du-già Mật thừa là chính bản thân hành giả trong hình thức của một vị bổn tôn, và cũng vì sự tu tập định lực nhất tâm hướng sự chú ý của hành giả vào những điểm nhất định nào đó trong cơ thể, nên hành giả có được khả năng tạo ra sự chuyển dịch các yếu tố trong cơ thể. Một số thiền giả đã thuật lại với tôi

Because mental excitement comes about when your mind is too alert or your meditation is too intense, it helps to reflect on the nature of suffering of cyclic existence and so on. This will enable you to reduce the intensity of your alertness.

In order to develop firm single-pointedness of mind, it is necessary to have both clarity of mind and clarity of its object, for without clarity, even though you may be able to withdraw your mind from external objects, you will not be able to achieve single-pointedness. Clarity here is of two types, clarity of vision and clarity of the subjective experience itself. The factor that disrupts clarity of mind is mental sinking. This can be overcome by raising your level of awareness.

When you engage in meditation to develop single pointedness, you should judge for yourself whether your mind is too intensely alert or whether it is too relaxed and so on. Assessing the level of your own mind you should cultivate single-pointedness correctly.

Because the object of meditation in the practice of Highest Yoga Tantra is yourself in the form of a deity, and also because of the practice of single-pointedly focusing your attention on certain points within your body, you are able to bring about movement of the elements in the body. Some meditators have related

những kinh nghiệm loại này. Khi hành giả có khả năng duy trì sự nhất tâm với một hình ảnh quán tưởng rõ rệt của vị bổn tôn trong một thời gian dài, điều này ngăn chặn cảm nhận thông thường của hành giả về sự tầm thường [của bản thân mình], và do đó đưa đến một cảm giác tự hào thiêng liêng. Tuy nhiên, trong suốt các giai đoạn thiền tập này, việc hành giả liên tục củng cố nhận thức tỉnh giác về tánh Không là rất quan trọng.

Khi tu tập đúng đắn theo phương thức này, hành giả sẽ đạt đến trình độ có được một hình ảnh quán tưởng rất rõ ràng của toàn bộ đồ hình mạn-đà-la và các vị bổn tôn trong đó, với sự sống động đến mức như thể là hành giả có thể gặp gỡ và sờ chạm vào các vị. Điều này cho thấy sự thành tựu của giai đoạn phát khởi đầu tiên.

Nếu sự thiền tập tiến xa hơn nữa và giúp hành giả có khả năng đạt đến trình độ chỉ trong một lúc có thể có được hình ảnh quán tưởng rõ ràng về các vị bổn tôn tinh tế được sinh khởi từ những phần khác nhau trong cơ thể mình, đó là hành giả đã đạt đến cấp độ thứ hai của giai đoạn phát khởi.

Khi hành giả đạt đến định lực vững chãi, [vị thầy sẽ] giảng giải về các pháp thiền khác, chẳng hạn như bổn tôn hóa thân, hay hòa nhập trở lại vào tim hành giả v.v... để giúp hành giả tự rèn luyện nhằm đạt đến sự kiểm soát nhiều hơn đối với trạng thái nhất tâm của mình. Những pháp thiền này bao gồm việc quán tưởng biểu tượng bàn tay tinh tế ở điểm mở ra nơi

their experiences of this to me. When you are able to hold a clear image of the deity single-pointedly for a long period of time, this obstructs your normal sense of ordinariness and so leads to a feeling of divide pride. However, during all these stages of meditation, it is very important constantly to reaffirm your awareness of emptiness.

When you undertake practice properly in this way you will reach a point where you will have a clear visualization of the entire mandala and the deities within it of such vividness that it is as if you could see them and touch them. This indicates realization of the first stage of generation.

If, as a result of your further meditation, you are able to reach the stage where you have a clear vision of the subtle deities that are generated from different parts of your body in a single instant, you will have achieved the second level of the generation stage.

Once you have attained firm meditative stabilization, different meditations, such as emanating deities, dissolving them back into your heart and so on, are explained in order to train yourself to gain further control over this single-pointedness. These meditations include visualization of subtle hand symbols at the opening of the upper end of the central

phần trên cùng của kinh mạch trung tâm và quán tưởng những giọt tinh tế với các âm tiết [mẫu tự] ở phần cuối bên dưới. Và nếu hành giả cảm thấy quá mệt mỏi vì toàn bộ pháp thiền tập này thì bước kế tiếp là trì tụng mật chú.

Sự trì tụng mật chú trong Tối thượng Du-già Mật thừa có rất nhiều dạng, như trì tụng mật chú theo sự phát nguyện, trì tụng mật chú cho đủ số biến (số lần) nhất định, hoặc trì tụng mật chú hung nộ v.v...

Tu tập ngoài thời gian thiền

Dưới đây sẽ trình bày một số pháp tu tập trong những lúc hành giả đã ra khỏi trạng thái thiền tập, không ngồi thiền (tức là sau khi xả thiền). Vì hành giả Mật thừa phải có nếp sống không bao giờ tách rời với sự tu tập kết hợp giữa phương tiện và trí tuệ, nên những giai đoạn sau khi đã xả thiền là rất quan trọng. Có những pháp du-già khác nhau để thực hành trong các giai đoạn này, chẳng hạn như pháp du-già lúc ngủ, pháp du-già lúc ăn, bao gồm những phương pháp thích hợp để duy trì chế độ ăn uống, hay pháp du-già lúc tắm rửa v.v... Thậm chí có cả các pháp tu nhất định để thực hành trong lúc nghỉ ngơi thư giãn.

Đúng như các bậc đại sư có dạy: "Những tiến bộ trong buổi thiền tập [theo thời khóa] phải củng cố và giúp hoàn chỉnh cho các tu tập của giai đoạn sau

channel and visualization of subtle drops and syllables at its lower end. Then, if you feel exhausted as a result of all this meditation, the next step is to do the mantra repetitions.

Mantra repetition in Highest Yoga Tantra is of many varieties, mantra repetition that is a commitment, mantra repetition that is gathered up like a heap, wrathful mantra repetition, and so on.

The Post-meditational Period

Following this there are practices for the post-meditation period. Since a tantric practitioner has to lead a life in which he is never separated from his practice of union of method and wisdom, the post-meditation periods are very important. There are different yogas to be practised in these periods such as the yoga of sleeping, the yoga of eating, which includes the proper way of maintaining your diet, the yoga of washing and so on. There are even certain practices to be observed while relieving yourself.

Just as the great masters say, 'The progress made during the meditation session should complete

buổi thiền tập, và những tiến bộ trong giai đoạn sau buổi thiền tập phải củng cố và bổ sung cho những tu tập trong buổi thiền tập.”

Chính trong giai đoạn sau các buổi thiền tập, quý vị mới có thể thực sự thẩm định được việc tu tập của mình trong các buổi thiền tập là có thành công hay không. Nếu quý vị nhận ra rằng, cho dù đã tu tập thiền qua nhiều năm nhưng cách suy nghĩ, nếp sống, cung cách ứng xử của quý vị trong những lúc không ngồi thiền vẫn giữ nguyên không thay đổi, không chịu ảnh hưởng gì [của sự tu tập] thì đó không phải là một dấu hiệu tốt.

Chúng ta không dùng các loại thuốc men để thử nghiệm hoặc chỉ dùng qua để biết mùi vị, màu sắc hay kích cỡ của chúng, mà chúng ta dùng thuốc là để cải thiện sức khỏe. Nếu dùng thuốc sau một thời gian dài mà chẳng thấy có gì khá hơn thì không có lý gì ta lại tiếp tục dùng mãi. Cho dù việc thiền tập của quý vị là ít hay nhiều thì điều ấy cũng phải mang lại một sự chuyển hóa hay thay đổi nào đó theo hướng tốt đẹp hơn.

and reinforce the practices during the post-meditation period, and the progress made in the period after your meditation session should reinforce and complement your practices during the session.'

It is during the post-meditation period that you can really judge whether your practice during the meditation sessions has been successful or not. If you find that despite having undertaken meditation for years, your way of thinking, your lifestyle and behaviour during the post-meditation period remain unchanged and unaffected, it is not a good sign.

We don't take medicine in order to try it or test it for taste, colour or size, but in order to improve our health. If after taking it for a long time it has done us no good, there is no point in continuing to take it. Whether your practices are short or elaborate, they should bring about some transformation or change for the better.

Giai đoạn thành tựu

Có những nghi thức tu tập khác nhau có thể được thực hành trên căn bản pháp du-già bổn tôn của giai đoạn phát khởi. Sự kiên trì theo đuổi các hình thức tu tập như thế sẽ giúp thiền giả đạt đến trình độ bắt đầu cảm nhận được những ảnh hưởng tác động về mặt thể chất của những pháp tu này. Việc hành giả trải nghiệm được những ảnh hưởng đặc biệt về mặt thể chất này trong cơ thể mình là biểu hiện sự đạt đến mức độ đầu tiên của giai đoạn thành tựu.

Có nhiều pháp tu tập khác nhau trong giai đoạn thành tựu, chẳng hạn như pháp du-già nội hỏa, pháp khí du-già – tức là pháp du-già vận dụng các dòng năng lượng – và pháp du-già tứ hỷ lạc v.v... Pháp khí du-già bao gồm những kỹ năng như là kiểm soát hơi thở (giữ hơi trong lồng ngực) hay một pháp tu được gọi theo thuật ngữ là *kim cang trì tụng*.

Khi đạt đến trình độ này, một hành giả là cư sĩ có thể nhờ đến sự hỗ trợ của người phối ngẫu, nhưng với một hành giả là tu sĩ đã thọ Cụ túc giới thì mức độ này là chưa đủ. Để có thể dấn thân vào những pháp tu thâm diệu đến như thế của giai đoạn thành tựu, vị hành giả [tu sĩ] trước hết cần phải tỉnh giác nhận hiểu rõ về cấu trúc cơ thể của chính mình, dù là nam giới hay nữ giới, nghĩa là phải nhận hiểu được các kinh mạch tĩnh tại, các năng lượng lưu chuyển

The Completion Stage

There are different kinds of activities that can be done on the basis of the deity yoga practised in the generation stage. Consistently engaging in such forms of practice, the meditator will reach a point where he or she will begin to feel the physical effect of these practices. Experiencing this special physical effect within your body marks the attainment of the first level of completion stage.

There are many different types of completion stage practice, such as the yoga of inner heat, wind yoga - that is yoga that makes use of the currents of energy - and the yoga of the four joys and so forth. Wind yoga includes such techniques as holding the vase breath or what is technically referred to as vajra repetition.

At that point a lay practitioner can seek the assistance of a consort. But if the practitioner is an ordained person holding monastic vows, the point has not yet been reached. In order to engage in such profound practices of the completion stage, the practitioner should first be aware of the structure of his or her own body. This means understanding the

và những giọt [tinh chất] lưu trú tại những bộ phận nhất định trong cơ thể.

Khi nói đến các kinh mạch, chúng ta chỉ chung cho 3 kinh mạch chính - kinh mạch trung tâm, kinh mạch phải và kinh mạch trái - cùng với 5 luân xa hay 5 trung tâm năng lượng. Theo các bản văn mật điển thì ba kinh mạch chính này lại phân chia thành các nhánh và chi nhánh [nhỏ hơn] để tạo thành 72.000 kinh mạch trong cơ thể. Một số bản kinh cũng đề cập đến 80.000 kinh mạch trong cơ thể.

Bây giờ nói đến các năng lượng lưu chuyển. Có 10 loại năng lượng, 5 năng lượng chính và 5 năng lượng phụ. Các giọt [tinh chất] là chỉ cho các yếu tố trắng và đỏ. Tantra Thời Luân có đề cập đến 4 loại giọt [tinh chất]: giọt [tinh chất] giữa 2 chân mày, được hiển lộ trong những lúc tỉnh thức; giọt [tinh chất] nơi cổ họng, hiển lộ trong trạng thái nằm mơ; giọt [tinh chất] nơi tim, hiển lộ vào lúc ngủ say; và giọt [tinh chất] nơi rốn, hiển lộ vào giai đoạn thứ tư, tức là lúc chết.

Trong [tantra] Thời Luân, chúng ta thấy các giảng giải rất chi tiết về những điều trên. Toàn bộ cấu trúc cơ thể của hành giả với các kinh mạch, năng lượng và những giọt [tinh chất] được gọi là nội thể thời luân, vốn là nền tảng của sự tịnh hóa. Tantra Thời Luân nói đến 3 loại thời luân (kalachakra) là *ngoại vi thời luân, nội thể thời luân* và *dịch chuyển thời luân.*

stationary channels, the flowing energies and the drops that reside in certain parts of the body.

When we speak of channels, we generally refer to three main ones - the central, right and left channels - and also the five channel wheels or energy centers. These three main channels branch and re-branch so that there are, according to the tantric texts, 72,000 channels in the body. Some sutras also mention 80,000 channels within the body.

Then, there are the flowing energies. These are of ten types, five major energies and the five minor ones. The drops refer to the white element and the red element. The Kalachakra tantra refers to four types of drops: the drop between the brows, which becomes manifest during the waking period; the drop at the throat, which becomes manifest during the dream state; the drop at the heart, which becomes manifest at the time of deep sleep; and the drop at the navel, which becomes manifest at the fourth stage (death).

In the Kalachakra we find very detailed explanations of these things. The entire structure of the practitioner's body with its channels, energies and the drops is called the internal Kalachakra, which is the basis of purification. The Kalachakra Tantra speaks of three types of Kalachakra or wheel of time, the outer, inner and the alternative Kalachakras.

Dựa trên những hiểu biết thích hợp về cấu trúc vật lý của cơ thể mình, khi thiền giả tập trung chú ý vào những sinh điểm trọng yếu nào đó và khai thông chúng, vị ấy sẽ có khả năng loại bỏ hay hòa tan dòng tâm thức hoặc khí lực ở cấp độ thô trược. Cuối cùng, hành giả sẽ có khả năng chuyển hóa mức độ vi tế nhất của tâm thức tịnh quang - tịnh quang của sự chết – vào một thực thể của con đường tu tập, đó là trí tuệ nhận biết tánh Không. Việc đạt đến một nhận thức như thế cũng giống như tìm được chiếc chìa khóa để mở ra lối đi vào nhiều kho tàng quý giá.

Một khi đạt đến giai đoạn ấy và có trong tay chiếc chìa khóa, quý vị sẽ có thể đạt đến Phật quả giác ngộ viên mãn thông qua con đường tu tập Bí Mật Tập Hội, tức là bằng cách thành tựu thân ảo hóa như được giảng giải trong tantra Bí Mật Tập Hội, hoặc qua con đường tu tập Thời Luân, là tantra nói về thể dạng Không, hoặc thông qua thân cầu vồng như được giảng giải trong tantra Mayajala và cũng được trình bày trong các pháp tu Đại Toàn Thiện.

Khi thiền giả đạt được một sự kiểm soát nhất định đối với tâm mình trong trạng thái tỉnh thức, người ấy sẽ bắt đầu vận dụng ngay cả trạng thái ngủ mê vào con đường tu tập, và một số kỹ năng nhất định để thực hiện điều đó được mô tả [trong các tantra]. Các thiền tập loại này được gọi là *"cửu nhập pháp"*, [bao gồm các tu tập để] thể nhập [ba thân Phật] trong 3 trạng thái: trong lúc tỉnh thức, trong lúc ngủ và trong lúc lâm chung.

Based on a proper knowledge of the physical structure of his or her body, when the meditator focuses on certain vital points and penetrates them, he or she is able to withdraw and dissolve the flow of the gross level of wind and mind. Eventually, the practitioner will be able to generate the subtlest level of clear light, the clear light of death, into an entity of the path which is the wisdom realizing emptiness. Gaining such a realization is like having found the key which provides access to many treasures.

Once you achieve that stage and you have the key, you can attain the complete enlightenment of Buddhahood through the path of Guhyasamaja, that is by actualizing the illusory body as explained in the Guhyasamaja, or through the path of Kalachakra which speaks of the achievemen t of empty form, or through the rainbow body as explained in the Mayajala Tantra, which is also explained in the Great Perfection practices.

When a meditator has gained a certain control over his mind during the waking state, he or she begins to utilize even the dream state in the practice of the path and certain techniques are described for doing this. These kinds of meditation are called 'mixings', mixing during the waking state, during the dream state and during death.

Tantra Tối thượng Du-già giảng rằng, hành giả ưu tú nhất là người có khả năng đạt đến giác ngộ viên mãn ngay trong kiếp sống này. Những ai có năng lực trung bình có thể đạt giác ngộ viên mãn trong trạng thái trung ấm, và những ai có năng lực kém cỏi sẽ có khả năng đạt đến giác ngộ viên mãn trong những kiếp sống tương lai.

Những hành giả có khả năng giác ngộ trong trạng thái trung ấm hay trong các kiếp sống tương lai sẽ được giảng dạy về các pháp tu như là pháp chuyển di tâm thức. Có một pháp tu khác cũng khá tương tự với pháp chuyển di tâm thức, nhưng có khác biệt là tâm thức được chuyển dịch vào thân thể hay thi hài của một chúng sinh khác.

Những kỹ năng này thuộc về các pháp môn được gọi là Lục Du-già của Naropa, vốn là những kỹ năng được ngài Naropa rút ra từ nhiều tantra khác nhau. Các pháp này nằm trong những pháp tu tập căn bản của dòng Kagyu. Dòng Gelug cũng có pháp Lục Du-già của Naropa, được rút ra từ dòng truyền của ngài Marpa. Những thiền tập này cũng có thể thấy trong các pháp tu của dòng Sākya thuộc các phần Đạo lộ và Quả vị, cũng như trong pháp tu Giọt [tinh chất] ở Tim của dòng Nyingma.

Chúng ta đã bàn về những tiến trình tu tập của Tối thượng Du-già Mật thừa theo truyền thống mới. Nhưng truyền thống cổ xưa hay trường phái Cựu dịch, phái Nyingma, thì nói đến Đại Toàn Thiện

Highest Yoga Tantra explains that the best practitioner is someone who is able to attain complete enlightenment within his or her lifetime. Those with middling faculties are able to attain complete enlightenment during the intermediate state and those of inferior ability will be able to attain it during their future lives.

For those practitioners who will become enlightened during the intermediate state or during their future lives, practices such as the transference of consciousness are explained. There is also another practice quite similar to the transference of consciousness, but with the difference that the consciousness is transferred into another being's body or corpse.

These techniques belong to what are called the Six Yogas of Naropa, which are techniques Naropa extracted from many different tantras. These are among the basic practices of the Kagyu tradition. There is also a Gelug practice of the Six Yogas of Naropa derived from Marpa's tradition. These meditations can also be found in the Sakya practices of Path and Fruit and in the Nyingma practice of the Heart's Drop.

We have been discussing the Highest Yoga Tantra procedures according to the new tradition. But the old tradition or old transmission school, the Nyingma, refers to the Great Perfection Vehicle, whose practices consist of the Mind Collection, the Centeredness

Thừa, với các pháp tu tập bao gồm *Tâm tập pháp, Không xứ tập pháp* và *Diệu khẩu truyền tập pháp.*

Mặc dù có nhiều tác phẩm nói về những chủ đề này, nhưng việc nhận hiểu được sự tinh tế của những pháp tu tập khác nhau này là rất khó khăn. Trong 3 *tập pháp* nói trên thì *Diệu khẩu truyền tập pháp* được cho là thâm diệu nhất. Có thể nói rằng, sự tu tập 2 *tập pháp* trước đó (*Tâm tập pháp* và *Không xứ tập pháp*) là để đặt nền tảng cho sự tu tập "xuyên suốt" [*Diệu khẩu truyền tập pháp*].

Quan điểm về tánh Không được giảng giải trong *Tâm tập pháp* và *Không xứ tập pháp* nhất định phải có những nét đặc thù để phân biệt với quan điểm tánh Không được giảng giải trong các thừa ngoại mật, nhưng sự khác biệt này rất khó giải thích rõ ràng qua từ ngữ. Việc tu tập *Diệu khẩu truyền tập pháp* có 2 mục đích: *thành tựu Pháp thân và thành tựu Báo thân.* Phương pháp giúp hành giả thành tựu hai thân Phật này chính là sự tu tập "xuyên suốt" hay *"đốn nhập"* [theo *Diệu khẩu truyền tập pháp*].

Qua sự nhận hiểu các chi pháp trong trường phái Đại Toàn Thiện, quý vị có thể hiểu được ý nghĩa các phần Căn bản, Đạo lộ và Quả vị của Đại Toàn Thiện. Như tôi đã lưu ý từ trước, đây là những yếu tố chỉ có thể được nhận hiểu qua kinh nghiệm mà không thể giải thích hoàn toàn qua ngôn ngữ. Tuy nhiên, quý vị có thể nhận thức được phạm trù sâu xa và tính chất khó khăn của giáo pháp này bằng cách đọc qua tác phẩm *Tối thượng thừa bảo tạng* của ngài Long-

Collection and the Collection of Quintessential Instructions.

Although there are many works on these topics, it is very difficult to perceive the subtleties of these different practices. Among these three collections, the Collection of Quintessential Instructions is said to be the most profound. We can say that the practices of the first two Collections lay the foundations for the practice of 'break-through'.

The view of emptiness explained in the Mind and Centeredness Collections must have some features that distinguish it from the view of emptiness expounded in the low vehicle, but it is difficult to explain this clearly in words. The practices of the Collection of Quintessential Instructions have two aims: actualization of the Truth Body and actualization of the Enjoyment Body. The paths by which you actualize these two bodies of the Buddha are the practice of 'breakthrough' and 'leap-over.'

Through understanding these elements of the Great Perfection School, you can understand what is meant by the Great Perfection of the base, the Great Perfection of the path and the Great Perfection of the resultant state. As I have remarked before, these are factors that can be understood only through experience and cannot be explained merely through words. However, you can appreciate the extent of their profundity and difficulty by reading Longchen-pa's text on the Great Perfection practices called Treasury of

chen-pa viết về các pháp tu tập của Đại Toàn Thiện, cho dù bản văn gốc cũng như phần luận giải đều rất đồ sộ và khó hiểu. Ngài có soạn một bản văn khác nữa là *Kho báu Thực tại*, nội dung đưa ra phác thảo về các pháp tu tập của Đại Toàn Thiện.

Chỉ khi nào có được khả năng giải thích các pháp tu tập của Đại Toàn Thiện theo như 2 tác phẩm nói trên của ngài Long-chen-pa thì quý vị mới có hy vọng nhận hiểu đúng về Đại Toàn Thiện. Việc nghiên cứu tác phẩm *Kho báu Đức hạnh* của ngài Kunkhyen Jigme Lingpa viết về Đại Toàn Thiện cũng quan trọng. Ở quyển 2 của bộ sách này, quý vị sẽ thấy có những giảng giải về các pháp tu tập của Đại Toàn Thiện.

Ngoài ra còn có những bản văn rất ngắn, cô đọng, được biên soạn bởi các bậc thầy đã tự thân chứng nghiệm Đại Toàn Thiện. Bản thân tôi tin rằng, những bản văn này được biên soạn bởi những bậc thầy có sự chứng ngộ cao và có khả năng rút ra được những tinh yếu của mọi chi phần trong Đại Toàn Thiện cũng như các pháp môn tu tập, và nhờ đó mà các vị có thể ghi lại những kinh nghiệm của chính mình hết sức ngắn gọn. Tuy nhiên, tôi cho rằng việc cố gắng nhận hiểu sự tu tập Đại Toàn Thiện chỉ dựa trên những bản văn ngắn này hẳn là sẽ rất khó khăn.

Lấy ví dụ như khi Đức Phật thuyết giảng các kinh văn hệ Bát-nhã, kinh ngắn nhất chỉ gồm mỗi một âm tiết अ (ah). Bản kinh ngắn nhất này được cho là hàm chứa toàn bộ các kinh trong hệ Bát-nhã,

the Supreme Vehicle, although the fundamental text as well as the commentary to it is very large and difficult to understand. He has also composed a text called the Treasury of Reality, which also outlines the practices of the Great Perfection.

You can only hope to gain a good understanding of the Great Perfection if you are able to explain the practices of the Great perfection according to these two texts of Long-chen-pa. It is also important to study Kunkhyen Jigme Lingpa's text on the Great Perfection called the Treasury of Virtue, in the second volume of which you will find explanations of Great Perfection practices.

There are also very short and succinct texts composed by masters who have themselves had experience of the Great Perfection. I myself believe that these texts were composed by highly realized masters who have been able to extract the essence of all the elements of the Great Perfection and its practices and as a result have been able to recount their experiences in a very few words. However, I think it would be very difficult to try to understand the practice of the Great Perfection on the basis of these short texts.

For example, when Lord Buddha taught the Perfection of Wisdom sutras, the shortest one consisted of the single syllable' Ah'. This sutra is said

nhưng nếu chúng ta cố gắng nghiên cứu về Bát-nhã Ba-la-mật-đa dựa trên bản kinh này thì hẳn sẽ là quá mức đơn giản, hoặc là quá khó khăn. Việc phát ra âm अ (ah) là rất đơn giản, nhưng điều đó không có nghĩa là ta đã hiểu được ý nghĩa của bản kinh.

Khi chúng ta nghiên cứu triết học Trung đạo với toàn bộ sự phức tạp của nó, ta nghiên cứu những lập luận khác nhau mà thông qua đó có thể đi đến kết luận rằng tất cả mọi hiện tượng đều không hề có sự tồn tại theo tự tính sẵn có. Nếu chúng ta muốn hiểu được toàn bộ sự tinh tế và những nội hàm của một quan điểm triết học như thế, thì việc nhận hiểu được quan điểm của các trường phái tư tưởng Tiểu thừa cũng là điều thiết yếu. Và khi ấy, kết luận mà chúng ta đạt đến là rất đơn giản: "Vì mọi sự vật đều tồn tại trong sự tương quan lẫn nhau và dựa vào các yếu tố nguyên nhân khác, nên chúng không có một bản chất độc lập hay một sự tồn tại theo tự tính sẵn có."

Nhưng nếu quý vị muốn tiếp cận với quan điểm về tánh Không của phái Trung quán Cụ duyên ngay từ đầu với phát biểu đơn giản rằng: "*Vì mọi sự vật đều tồn tại trong sự tương quan lẫn nhau hay khởi sinh một cách phụ thuộc, nên chúng hoàn toàn không có sự tồn tại theo tự tính sẵn có*", hẳn là quý vị sẽ không hiểu được một cách trọn vẹn ý nghĩa hay nội hàm của điều đó. Tương tự, nếu quý vị đọc một bản văn ngắn về Đại Toàn Thiện, biên soạn bởi một vị lạt-ma có sự chứng nghiệm, và rồi đi đến kết luận rằng "giáo pháp Đại Toàn Thiện rất đơn giản", hẳn

to encompass the entire meaning of the Perfection of Wisdom sutras, but it would be either too simple or too difficult if we were to try to study the Perfection of Wisdom on the basis of that sutra. To say 'Ah' is very simple, but it doesn't mean we have understood the meaning of the sutra.

When we study the Middle Way philosophy in all its complexity, studying the different reasons through which we can arrive at the conclusion that all phenomena lack inherent existence, if we are to understand all the subtleties and implications of such a philosophical view, it is also necessary to understand the viewpoint of the lower schools of thought. The conclusion you then arrive at is very simple. Because things are interdependent, and rely on other causal factors, they lack an independent nature or inherent existence.

But if you were to approach the Middle Way Consequentialist view of emptiness right from the beginning with that simple statement, 'Because things are interdependent or dependently arising, they are empty of inherent existence', you would not fully understand what it meant or implied. If, in a similar way, you were to read a short text composed by an experienced lama on the Great Perfection and were to conclude that the view of the Great Perfection was

đó sẽ là dấu hiệu cho thấy quý vị đã không hiểu được giáo pháp một cách đúng đắn. Và hẳn cũng là điều quá mỉa mai nếu như giáo pháp cao siêu nhất trong chín thừa lại cũng được cho là đơn giản nhất!

Và đến đây tôi xin kết thúc phần tổng quan về tất cả các pháp tu của Phật giáo được thực hành theo truyền thống Tây Tạng, được thuyết dạy trong cả hai hệ thống Kinh điển và Mật điển.

London, 1988

*Geshe Thupten Jinpa
dịch sang Anh ngữ,
Jeremy Russell hiệu đính.*

*Chân thành cảm ơn
Tibet Foundation đã cung cấp băng giảng
để thực hiện bản dịch Anh ngữ.*

very simple, that would be a sign that you had not understood it properly. It would also be very ironic if the highest of the nine vehicles could also be said to be the simplest.

And with this I come to an end of my survey of all the Buddhist practices including the systems of both sutra and tantra undertaken in the Tibetan tradition.

London, 1988

Translated by Geshe Thupten Jinpa
and edited by Jeremy Russell.
We are grateful to Tibet Foundation
for providing tapes of the teaching.

Lời cầu nguyện chân thành

Lời cầu nguyện này do đức Đạt-lai Lạt-ma XIV Tenzin Gyatso biên soạn, kính ngưỡng và khẩn nguyện Tâm Đại Bi của Tam Bảo: Phật, Pháp và Tăng-già.

Ngưỡng vọng Chư Phật ba đời,

Quá khứ, hiện tại và vị lai,

Chư Bồ Tát và các vị đệ tử,

Với phẩm hạnh phi thường,

Mênh mông vô lượng như đại dương,

Thương yêu tất cả chúng sinh như con một.

Xin chứng tri sự chân thành,

Trong những lời nguyện cầu thống khổ của con.

Phật pháp xua tan khổ đau

của đời sống thế tục,

Và là tâm điểm an bình [cho muôn loài].

Cầu cho Chánh pháp hưng thịnh,

Mang hạnh phúc và phồn vinh,

Đến khắp thảy thế gian rộng lớn này.

Words of Truth

A Prayer Composed by His Holiness Tenzin Gyatso, The 14th Dalai Lama of Tibet, Honouring and Invoking the Great Compassion of the Three Jewels: The Buddha, The Teachings, and the Spiritual Community.

O Buddhas of the past, present and future,

Bodhisattvas and disciples;

Having remarkable qualities

immeasurably vast as the ocean;

And who regard all sentient beings

as your only child;

Please consider the truth of

my anguished pleas.

Buddha's teachings dispel

the pain of worldly existence

and self-centered peace;

May they flourish,

spreading prosperity and happiness

throughout this spacious world;

Ngưỡng vọng chư vị thủ hộ Chánh pháp:
Các vị học giả và hành giả chứng ngộ,
Nguyện cho sự tu tập
Mười thiện nghiệp của các ngài,
Sẽ lan rộng khắp nơi nơi.
Những chúng sinh nhỏ nhoi,
Bị chế ngự hoàn toàn
bởi vô số ác nghiệp kinh khiếp,
Ngập chìm trong phiền não,
Bị tra tấn bởi khổ đau không lúc nào ngưng.
Nguyện cho bao nỗi sợ hãi của họ,
Vì những tai ương vượt ngoài sức chịu đựng,
Như chiến tranh, nạn đói và dịch bệnh...
Đều sẽ được lắng dịu.
Để đạt đến hạnh phúc và an lành
Tràn khắp như đại dương.
Những kẻ dã man sống trong tăm tối,
Đang dùng nhiều phương tiện khác nhau,
Giết hại không thương tiếc
những người thành tín,
Đặc biệt là người dân nơi Xứ Tuyết.
Xin mở lòng từ, khởi tâm đại bi dũng mãnh,

O holders of the Dharma:

scholars and realized practitioners;

May your ten-fold virtuous practice prevail.

Completely suppressed by

seemingly endless

and terribly negative karmic acts;

Humble sentient beings are immersed in misery,

tormented by sufferings without cease;

May all their fears

from unbearable war, famine and disease

be pacified;

To attain an ocean of

happiness and well-being.

Barbarian hordes on the side of darkness,

by various means;

Mercilessly destroy pious people,

particularly in the Land of Snow;

Kindly let the power of compassion arise;

Nhanh chóng ngăn chặn,
Những dòng máu và nước mắt đang tuôn chảy,
Bởi sự điên cuồng man dại
của ác tâm mê muội.
Những kẻ đáng thương này,
Đang thực sự gây hại,
Cho chính bản thân và người khác.
Nguyện cho những kẻ vô trách nhiệm,
Sẽ đạt được con mắt trí tuệ,
Để phân biệt tốt xấu, thiện ác,
Và được sống trong thương yêu
với tình thân hữu.
Mong sao ước nguyện chân thành này,
Đã phải đợi chờ quá lâu,
Là tự do cho toàn Tây Tạng,
Sẽ tức thời thành tựu.
Nguyện sớm ban cho vận hội lớn lao,
Để được tận hưởng và chào mừng,
Một sự cai trị về tâm linh cũng như thế tục,
Vì lợi lạc cho Chánh pháp và bao người tu học,
Vì đất nước và dân tộc.
Biết bao người đã phải
chịu đựng vô vàn gian khổ,
Phải hy sinh hết thảy những gì yêu quý nhất:
Sự sống, thân thể và tài sản.

To quickly stem the flow

of blood and tears.

Through wild madness,

brought on by the evils of delusion;

These objects of compassion

do disservice to themselves and to others;

May the irresponsible

attain the eye of wisdom

to discern good from bad;

And be established in a state

of love and friendship.

May this heart-felt wish

of total freedom for all Tibet;

Which has been awaited for such a long time;

be spontaneously fulfilled;

Please grant soon the great fortune to enjoy;

The celebration of spiritual and temporal rule.

For the sake of the teachings and practitioners,

the nation and its people;

Many have undergone myriad hardships;

Completely sacrificing their most cherished lives,

bodies and wealth;

Ngưỡng vọng Đức Hộ thế Quán Thế Âm,

Bi mẫn cứu vớt những người như thế.

Vậy nên Ngài là vị Bảo Hộ Vĩ Đại

Với tình thương yêu vô bờ bến,

Trước hết thảy chư Phật, chư Bồ Tát,

Che chở cho mọi người dân Xứ Tuyết.

Nguyện cho ánh bình minh

Của mọi thành quả tốt đẹp,

Ngay lúc này đây sẽ tỏa chiếu,

Qua những lời cầu nguyện của mọi người.

Bằng vào năng lực

của thực tại tánh Không thâm diệu,

Và những dạng thức tương đối của nó,

Cùng với đại lực đại bi nơi Tam bảo

Và những lời khẩn nguyện chân thật,

Cùng do nơi luật nhân quả không thể sai lệch,

Xin cho những lời nguyện chân thành này,

Sẽ không gặp chướng ngại,

Và nhanh chóng được thành tựu.

> *"Lời cầu nguyện chân thành" này*
> *được soạn bởi đức Đạt-lai Lạt-ma Tenzin*
> *Gyatso XIV của Tây Tạng,*
>
> *vào ngày 29 tháng 9 năm 1960*

O Protector Chenrezig,

compassionately care for them.

Thus the great Patron of Boundless Love,

before Buddhas and Bodhisattvas;

Embraced the people of the Land of Snow;

May good results
now quickly dawn;
Through the prayerful vows
you have made.
By the power of
the profound reality of emptiness
and its relative forms;
Together with the force of great compassion
in the Three Jewels
and the Words of Truth;
And through the infallible law of actions and their effects;
May this truthful prayer
be unhindered and quickly fulfilled.

The Prayer: WORDS OF TRUTH was composed by His Holiness Tenzin Gyatso, the 14th Dalai Lama of Tibet on 29 September 1960

MỤC LỤC

CÁC PHÁP THỰC HÀNH TU TẬP THEO MẬT THỪA

CONTENTS

THE ACTUAL PATHS OF
TANTRIC PRACTICE

Lời thưa

Trong kinh Pháp Cú, đức Phật dạy rằng: "Pháp thí thắng mọi thí." Thực hành Pháp thí là chia sẻ, truyền rộng lời Phật dạy đến với mọi người. Mỗi người Phật tử đều có thể tùy theo khả năng để thực hành Pháp thí bằng những cách thức như sau:

1. Cố gắng học hiểu và thực hành những lời Phật dạy. Tự mình học hiểu càng sâu rộng thì việc chia sẻ, bố thí Pháp càng có hiệu quả lớn lao hơn. Nên nhớ rằng **việc đọc sách còn quan trọng hơn cả việc mua sách.**

2. Phải trân quý kinh điển, sách vở in ấn lời Phật dạy. Khi có điều kiện thì mua, thỉnh về nhà để tự mình và người trong gia đình đều có điều kiện học hỏi làm theo. Không nên giữ làm của riêng mà phải sẵn lòng chia sẻ, truyền rộng, khuyến khích nhiều người khác cùng đọc và học theo. Không nên để kinh sách nằm yên đóng bụi trên kệ sách, vì **kinh sách không có người đọc thì không thể mang lại lợi ích.**

3. Tùy theo khả năng mà đóng góp tài vật, công sức để hỗ trợ cho những người làm công việc biên soạn, dịch thuật, in ấn, lưu hành kinh sách, **để ngày càng có thêm nhiều kinh sách quý được in ấn, lưu hành.**

Thông thường, việc chi tiêu một số tiền nhỏ không thể mang lại lợi ích lớn, nhưng nếu sử dụng vào việc giúp lưu hành kinh sách thì lợi ích sẽ lớn lao không thể suy lường. Đó là vì đã giúp cho nhiều người có thể hiểu và làm theo lời Phật dạy. Mong sao quý Phật tử khắp nơi đều lưu tâm đóng góp sức mình vào những việc như trên.

TINH YẾU THỰC HÀNH PHÁP THÍ

- Mua thỉnh kinh sách về đọc, tự mình sẽ được rất nhiều lợi ích.

- Chia sẻ, truyền rộng bằng cách cho mượn, biếu tặng kinh sách đến nhiều người thì lợi ích ấy càng tăng thêm gấp nhiều lần.

- Đóng góp công sức, tài vật để hỗ trợ công việc biên soạn, dịch thuật, giảng giải, in ấn, lưu hành kinh sách thì công đức lớn lao không thể suy lường, vì có vô số người sẽ được lợi ích từ việc lưu hành kinh sách.